ચોપરા ૧૧૪

કૅન લવ હેપન ટ્વાઇસ ?

રવિન્દર સિંઘ એ સૌથી વધુ વંચાતાં લેખક છે. એમની પ્રથમ નૉવેલ 'આઇ ટુ હેડ અ લવ સ્ટોરી' લાખો લોકોના હૃદયને સ્પર્શી ચૂકી છે. 'કૅન લવ હેપન ટ્વાઇસ ?' એ તેમનું બીજું પુસ્તક છે. બુર્લા, ઓરિસ્સામાં મોટા ભાગનું જીવન પસાર કર્યા પછી રવીન્દર અત્યારે ચંદીગઢમાં સ્થાઈ થયા છે. ઇન્ડિયાની કેટલીક શ્રેષ્ઠ આઇ.ટી. કંપનીઝમાં કેટલાંય વર્ષો સુધી કમ્પ્યૂટર એન્જિનિયર તરીકે કામ કર્યા પછી અત્યારે રવિન્દર જાણીતી ઇન્ડિયન સ્કૂલ ઑફ બિઝનેસ, હૈદરાબાદમાંથી એમ.બી.એ. કરી રહ્યા છે. ફુરસદની ક્ષણોમાં રવિન્દરને સ્નૂકર રમવું પસંદ છે. પંજાબી મ્યુઝિક સાંભળવું અને તેની પર પગ થિરકાવવા એ તેમનો ગાંડો શોખ છે. રવીન્દરનો સંપર્ક ફેસબુક પરના એમના ઑફિશિયલ ફેન પેજ દ્વારા કરવો એ શ્રેષ્ઠ રસ્તો છે. તમે એમને itoohadalovestory પેજ પર લખી શકો અથવા www.RavinderSinghOnline.com વેબસાઇટની મુલાકાત લઈ શકો.

કેન લવ
હેપન
ટ્વાઈસ ?

રવિન્દર સિંઘ

ભાવાનુવાદ : આરતી પટેલ

મુખ્ય પ્રાપ્તિસ્થાન

નવભારત સાહિત્ય મંદિર

જૈન દેરાસર પાસે,
ગાંધી રોડ, અમદાવાદ-૧
ફોન : (૦૭૯) ૨૨૧૩૯૨૫૩
૨૨૧૩૨૯૨૧

૨૦૨ પેલિકન હાઉસ,
આશ્રમ રોડ, અમદાવાદ-૯
ફોન : (૦૭૯) ૨૬૫૮૩૭૮૭
૨૬૫૮૦૩૬૫

E-mail : info@navbharatonline.com
Web : www.navbharatonline.com
fb.com/NavbharatSahityaMandir

TOYCRA
play to grow

બીજા માળે,
ઈન્દ્રપ્રસ્થ કૉર્પોરેટ હાઉસ,
રિલાયન્સ પેટ્રોલ પંપ સામે,
વિનસ એટલાન્ટિસ સામે,
૧૦૦ ફૂટ પ્રહ્લાદનગર ગાર્ડન રોડ,
અમદાવાદ-૧૫
ફોન : (૦૭૯) ૬૬૧૭૦૨૬૫

Can Love Happen Twice ?
Originally Written in English by Ravinder Singh
Gujarati Translation by Aarti Patel
Navbharat Sahitya Mandir, Ahmedabad
2014

ISBN : 978-81-8440-907-9

પ્રથમ આવૃત્તિ : જાન્યુઆરી, ૨૦૧૪

₹ ૧૪૦-૦૦

પ્રકાશક
મહેન્દ્ર પી. શાહ
નવભારત સાહિત્ય મંદિર
જૈન દેરાસર પાસે, ગાંધી રોડ,
અમદાવાદ-૩૮૦ ૦૦૧
ફોન : (૦૭૯) ૨૨૧૩૯૨૫૩, ૨૨૧૩૨૯૨૧
E-mail : info@navbharatonline.com
Web : www.navbharatonline.com
fb.com/NavbharatSahityaMandir

ટાઈપ સેટિંગ : ભાવિન પરમાર

મુદ્રક
યશ પ્રિન્ટર્સ
અમદાવાદ

મારા વાચકોને જેઓ મને પ્રેમ કરે છે, મારામાં
વિશ્વાસ રાખે છે અને લખવા માટે મને પ્રેરણા આપે છે.
આ પુસ્તક તમારા માટે છે.

તમે આગળ વાંચો એ પહેલા...

હવે જ્યારે મેં આ પુસ્તક પૂરું કર્યું છે અને થોડા દિવસોમાં તમારા હાથમાં પ્રિન્ટ થઈને આવી જશે ત્યારે મને એ કહેવું જરૂરી લાગે છે કે હું કોણ છું અને મેં આ પુસ્તક કેમ લખ્યું.

સંજોગોને કારણે હું લેખક થયો છું. જીવનમાં સારી અને ખરાબ વસ્તુઓ જેમ સંજોગોને કારણે થાય છે એમ જ. મારું પહેલું પુસ્તક 'આઇ ટુ હેડ એ લવ સ્ટોરી' મારા જીવનની કરુણ ઘટનાને કારણે લખાયું હતું અને ખરું પૂછો તો એ પુસ્તક જ મારા જીવવાનું કારણ પણ હતું. આ પહેલા મેં ક્યારેય લખવાનું વિચાર્યું નહોતું, પણ મને આનંદ છે મારી પ્રિયતમાની સ્મૃતિમાં લખાયેલું આ પુસ્તક હજારો અને લાખો વાચકો દ્વારા પ્રેમપૂર્વક સ્વીકારાયું અને માન પામ્યું.

વાર્તાની અસર વાચકો પર કંઈક એવી થઈ કે મને હજારોની સંખ્યામાં એમના તરફથી ઇ-મેલ અને સંદેશાઓ મળ્યા. (હજી મળે છે) એ લોકો પણ એમની પ્રેમકથાઓ મને લખે છે અને સાચું કહું તો એમાં પોતાનું હૃદય ઠાલવી દે છે. દુઃખની વાત એ છે કે એમાંની મોટા ભાગની પ્રેમકથાઓનો અંત દુઃખદ છે. એમની વાત મારી સાથે વહેંચીને કદાચ એમને શાંતિ મળે છે, પણ આ બધું જ વાંચીને મને ખ્યાલ આવ્યો કે દરેક વાર્તામાં પ્રિયપાત્રનું મૃત્યુ એ પ્રેમકથાનું મૃત્યુ હોય એ જરૂરી નથી. મોટા ભાગના કિસ્સામાં તો લોકોએ પોતે જ પોતાની પ્રેમકથાને મારી નાખી છે. એ લોકો એને 'બ્રેકઅપ' કહે છે.

આવા સતત આવતા-જતા ઇ-મેલને કારણે મને લાગે છે કે હાર્ટબ્રેક એ આજકાલ હાર્ટઍટેક કરતા પણ મોટો રોગ છે. કમનસીબે વીમો ફક્ત હાર્ટઍટેકને જ રક્ષણ આપે છે અને એટલે જ મેં આ પુસ્તક લખવાનું પસંદ કર્યું.

એટલે શું આ પણ મારા જીવનની સત્ય ઘટના છે ?

હું માનું છું કે દરેક વાર્તાના મૂળમાં ક્યાંક ને ક્યાંક સત્ય ઘટના છુપાયેલી છે. કદાચ આ મારી વાર્તા હોઈ શકે, કદાચ નહીં. કદાચ આ

અંશતઃ મારી વાર્તા હોય, કદાચ નહીં. કદાચ મારા ઘણા બધા વાચકોએ લખેલી ઘણી બધી વાર્તાઓનું મિશ્રણ આ વાર્તા હોય, કદાચ નહીં. હું કહેવા નથી માગતો કે આમાં સત્ય કેટલું છે અને કલ્પના કેટલી. ઊલટાનું હું તો તમારી કલ્પના પર આ છોડી દેવા માગું છું, પણ એક વાત સત્ય છે અને સાચું માનજો કે આ વાર્તા આજના યુવાનોની છે, આજની જનરેશનની સત્ય વાર્તા છે અને એટલે જ આ પુસ્તક મેં મારા વાચકોને અર્પણ કર્યું છે. હું ઇચ્છું કે વાંચતી વખતે તમે તમારી જાતને રવીન તરીકે કલ્પો અને આ પુસ્તકની મજા લો.

એવા માણસ માટે તમે શું કહેશો જેણે પોતાની વાગ્દત્તા એ જ સમયે ગુમાવી હોય જ્યારે એ લોકો સગાઈની વીંટી પહેરવાના હોય ? એ કે એ માણસ ઊંડા આઘાતમાં સરી ગયો કે જે કાંઈ થયું છે એ પછી એણે ભગવાનમાં શ્રદ્ધા ગુમાવી દીધી. એ કે એક છોકરો પોતાની મૃત્યુ પામેલી પ્રિયતામાના એવા તો પ્રેમમાં હતો કે એના ગયા પછી એણે અમર થઈ જાય એવી પ્રેમ કહાની લખી એની યાદમાં. કે પછી ઘણા દિવસ પછી પ્રેમે ફરી એનો દરવાજો ખખડાવ્યો.

પ્રસ્તાવના

Can love happen twiceનો અનુવાદ તો I too had a lover story કરતાંય અઘરો રહ્યો. બીજી વાર એને પ્રેમની પીડામાંથી પસાર થતો જોવો બહુ પીડાદાયક રહ્યું. ઘણા દિવસ સુધી અનુવાદ કરવાનું મન ન થયું હોય એવું બન્યું છે, પણ અંતે, રવિન્દર સિંઘનાં બંને પુસ્તકો અનુવાદ કરી ચૂકી ત્યારે ખાલીપો પણ લાગ્યો છે.

રોનક - નવભારત સાહિત્ય મંદિર - તું મિત્ર છે - તારો આભાર નહીં માનું.

– આરતી પટેલ

ઑફિસ : ૧૬, ગણેશ એપાર્ટમેન્ટ,
ટાગોર પાર્ક પાસે, જૈન મંદિર પાછળ,
આંબાવાડી, અમદાવાદ-૧૫
મો. ૯૮૨૫૦ ૧૩૭૦૭
E-mail : aartivyaspatel@gmail.com

૧

અમરદીપ જ્યારે વ્યસ્ત ચંડીગઢ ઍરપૉર્ટમાંથી બહાર આવ્યો ત્યારે સાંજ ઢળી ગઈ હતી. આ સુંદર શહેરની શિયાળાની સાંજ હતી. સાંજ વધારે સુંદર એટલા માટે હતી કે એ વેલેન્ટાઇન્સ-ડે હતો. હવામાં પ્રેમ છવાયેલો હતો અને દરેક બાજુ લાલ રંગ દેખાતો હતો. તાપમાન લગભગ ૪ ડિગ્રી હશે. ઠંડીની સાથે હલકો પવન પણ હતો અને કદાચ એટલે જ ઍરપૉર્ટમાંથી બહાર આવતાં દરેક લોકો પોત પોતાનું જૅકેટ પહેરતાં હતાં.

શરૂ શરૂમાં તો અમરદીપે આ હવાની મજા લીધી પણ પછી બહુ સહન નહીં થાય એમ લાગ્યું એટલે એણે જૅકેટ ચઢાવી દીધું અને ગળા સુધી બંધ કરી દીધું. એના શ્વાસમાંથી પણ ધુમાડો નીકળતો હતો.

ઍક્ઝીટ ડોર પાસે ઍરપૉર્ટમાંથી સતત સંભળાતી ઍનાઉન્સમૅન્ટ અને વારંવાર હોર્ન વગાડતી ટૅક્સી – કોઈને લેવા આવેલા અને ગાંડા થઈ ગયેલા સગાસંબંધી અને આવ-જા કરતાં મુસાફરો. સતત ઘોંઘાટ હતો. કેટલાક ટૅક્સી ડ્રાઇવર અમરદીપની પાસે આવ્યા અને લઈ જવા માટે આગ્રહ કરવા લાગ્યા. બધા ટૅક્સી ડ્રાઇવરો વચ્ચે એક ડ્રાઇવર સફળ થયો. એણે અમરદીપની બૅગ ઊંચકી લીધી અને પૂછી લીધું :

'ક્યાં જવું છે, પાજી.'

અમરદીપે ઝડપથી એના હાથમાંથી બૅગ ઝૂંટવી લીધી અને ટૅક્સીમાં જવાનો અણગમો જાહેર કરી દીધો.

ભીડમાંથી અમરદીપ બહાર નીકળ્યો. એના એક હાથમાં એનું પ્રિય ઇકોનૉમિક ટાઇમ્સ હતું અને બીજા હાથે એ પૈડાંવાળી બૅગને ધક્કો મારી ચાલી રહ્યો હતો. ચાલતો ચાલતો એ પાર્કિંગ લોટ તરફ પહોંચ્યો. અહીંયા બહુ ભીડ ન હતી. જગ્યા પ્રમાણમાં શાંત હતી. ઊંચા વીજળીના થાંભલાની નીચે હરોળમાં ઘણી બધી કાર ઊભી હતી. પહેલી કારના બૉનેટને ટેકો દઈને એ ઊભો રહ્યો. અત્યાર સુધીમાં એના શરીરના ખુલ્લા રહેલા અંગોને પણ ઠંડી લાગવા માંડી હતી. એણે કારના બૉનેટ પર ન્યૂઝ પેપર મૂક્યું અને એના પર પાણીની બૉટલ મૂકી જેથી કરીને એ ન્યૂઝ પેપર ઊડી ના જાય. એણે આજુબાજુ જોયું અને પોતાની બંને હથેળીઓ એકબીજા સાથે ઘસી. મોંને ગરમ હવાથી એણે ગરમાવો આપવાનો પ્રયત્ન કર્યો.

થોડીવાર રહીને એણે એનો સેલફોન બહાર કાઢ્યો. એણે ફોન કરવા માટે સ્વિચ ઑન કર્યો.

'હા, હું પાર્કિંગ લોટમાં છું.' અને એણે જગ્યાનું વર્ણન ત્યાં સુધી કર્યું જ્યાં સુધી એક કાળી સેન્ટ્રો કાર આવીને એની સામે ઊભી ન રહી ગઈ.

'રામજી,' કારના ખુલ્લા બારણાંમાંથી કોઈએ બૂમ પાડી.

અમરદીપનું આ લાડકું નામ હતું, કૉલેજના દિવસોથી અને હજી આ નામે એનો પીછો નહોતો છોડ્યો.

અમરદીપના મિત્રો હેપ્પી અને મનપ્રીત ગાડીમાંથી બહાર આવ્યા અને અમરદીપને વળગી પડ્યા. એકબીજાને હળવા મળવાનું અને હસવાનું બાકીની થોડી મિનિટો સુધી ચાલ્યું. ઘણું સારું લાગી રહ્યું હતું એકબીજાને મળવું. છેલ્લે પોતાનાં રિયુનિયન વખતે મળ્યા હતા લગભગ પાંચ વર્ષ પહેલાં. અને કદાચ એટલે એ લોકો ઉજવણી કરી રહ્યાં હતાં. કોઈને નવાઈ લાગે કે ત્રણ છોકરાઓ આ રીતે એકબીજાને વળગી રહ્યા છે અને એ પણ વેલેન્ટાઇન્સ-ડેની સાંજે.

પાણીની બૉટલની નીચે ફરફરી રહેલા ઇકોનૉમિક ટાઇમ્સની હેડલાઇન હતી કે દિલ્હી હાઈકોર્ટ સેક્શન ૩૭૭ અંતર્ગત ભારતમાં હોમોસેક્સ્યુઆલિટીને કાયદેસર ઠેરવે છે.

થોડીવાર પછી હેપ્પીએ અમરદીપનો સામાન કારની ડેકીમાં મૂકી દીધો, અમરદીપ પાછળ બેસી ગયો અને રિલેક્સ થયો. હેપ્પીએ કાર ચાલુ કરી અને મનપ્રીતે વાત વધારે સારી રીતે થઈ શકે એ માટે મ્યુઝિક સિસ્ટમ બંધ કરી દીધી. હેપ્પીએ ઍરપૉર્ટથી કાર બહાર કાઢીને શહેર તરફ લીધી અને એ લોકો વાતો કરતાં રહ્યાં. પંદરેક કિલોમીટર પછી હેપ્પીએ એક ઇન્ટરનૅશનલ કાફે આગળ કાર રોકી દીધી.

'શું થયું યાર ?' મનપ્રીતે પૂછ્યું.

'કંઈ નહીં, જસ્ટ એક ઇ-મેલ કરી દઉં.' હેપ્પીએ કારનો સીટબેલ્ટ ખોલતા ખોલતા ઝડપથી જવાબ આપ્યો.

'બસ, ૧૦ મિનિટ અને હું પાછો આવું છું.'

અમરદીપે આ મુશ્કેલીને સમજવાનો પ્રયત્ન કર્યો, પણ પછી એણે છોડી દીધું. એને ખબર હતી કે નાની નાની વસ્તુઓને અગત્યતા આપવાની હેપ્પીની ટેવ હતી.

હેપ્પીની ગેરહાજરીમાં અમરદીપે અને મનપ્રીતે વાતો કરવાની શરૂ કરી.

હેપ્પી ઝડપથી પાછો આવ્યો. એણે પૂરી ૧૦ મિનિટ પણ ન લીધી.

'જલદી આવી ગયો.'

અમરદીપે નોંધ પણ લીધી.

હેપ્પીએ જવાબ આપ્યો, 'મેં તને કહ્યું હતું ને કે હું જલદી આવી જઈશ.' વધારે કંઈ માહિતી આપ્યા વગર એણે ફરી ગાડી ચાલુ કરી.

હવે દરેક લોકો શાંત થઈ ગયા. હેપ્પી ગાડી ડ્રાઈવ કરતો હતો. દરેકનાં મનમાં એક જ વિચાર ચાલતો હતો, પણ હેપ્પી બોલવામાં પહેલો હતો.

'હું એને બહુ જ મિસ કરું છું.'

થોડીવાર સુધી કોઈ કંઈ જ બોલ્યા નહીં.

અમરદીપે હેપ્પીના ખભા પર પોતાનો હાથ મૂક્યો.

'આપણે બધાં જ એને બહુ મિસ કરીએ છીએ અને આ રિયુનિયન રવીન માટે છે.' અમરદીપે કહ્યું.

મનપ્રીતે જવાબ આપ્યો, 'એ સાચું કહે છે. આપણે અહીંયા રવીન માટે છીએ. દુઃખી થવાને બદલે આપણે આનંદ કરીએ.'

દરેકના ચહેરા પર આશાનું એક કિરણ છવાઈ ગયું. એટલા માટે કે એ લોકોને એમ હતું કે એ લોકો એમના મિત્રને કંઈક મદદ કરી શકશે.

હેપ્પીએ એક્સીલેટર દબાવ્યું, એ જણાવવા કે પોતે ઠીક છે. મનપ્રીતે મ્યુઝિક સિસ્ટમનો અવાજ વધાર્યો.

દરેકનો મૂડ ઠીક કરવા હેપ્પી મ્યુઝિક સિસ્ટમ કરતાં પણ વધારે મોટેથી ગાવા લાગ્યો.

'કોઈ અત્યાર સુધીમાં રેડિયોસ્ટેશન પર ગયું છે ?' દરેકે એકસાથે જવાબ આપ્યો.

'ના.'

હેપ્પીએ વધારે જોરથી પૂછ્યું, 'કોઈએ અત્યાર સુધીમાં રેડિયોસ્ટેશન અંદરથી કેવું લાગે એ જોયું છે ?'

'હા... હા... હા...'

'ના' ફરી સામેથી જવાબ આવ્યો – એક સાથે. આ વખતે હાસ્ય સાથે.

'કંઈ વાંધો નહીં. આપણને ખબર છે આપણે શું કરવાનું છે, આ રવીન માટે છે.' રામજીએ વાક્ય પૂરું કર્યું.

હેપ્પીએ કારના ડેશબોર્ડ તરફ આંગળી કરી અને મનપ્રીતને એ ખોલી એમાંથી એક કવર કાઢવા કહ્યું. મનપ્રીતે ખોલ્યું અને કવર લીધું. સરસ સફેદ રંગનું કવર હતું. ત્યાંનાં જાણીતાં રેડિયોસ્ટેશનનો લોગો ડાબી બાજુ હતો.સુપરહિટ્સ ૯૩.૫ રેડ એફ.એમ. બજાતે રહો. અંદર એક ઈન્વિટેશન લેટર હતો. મનપ્રીતે ચમકતી આંખો સાથે એ ખોલ્યો. એણે કારની અંદરની લાઈટ કરી અને દરેકની સગવડ માટે મોટેથી એ કાગળ વાંચવાની શરૂઆત કરી.

આ વેલેન્ટાઇન-ડેના દિવસે સુપરહિટ્સ ૯૩.૫ રેડ એફ.એમ.ને જણાવતાં આનંદ થાય છે કે આ દિવસે એક ટોક શો રજૂ કરવામાં આવશે. જેમાં તમે અત્યાર સુધીની સૌથી વધુ વંચાયેલી અને હૃદયસ્પર્શી આ દાયકાની પ્રેમકથાના પાત્રોને મળી શકશો. 'I Too Had A Love Story' સુપરહિટ્સ ૯૩.૫ રેડ એફ.એમ. એ આ પ્રેમકથાને આજના તાજમહેલ સાથે સરખાવે છે. જે એક પ્રેમી દ્વારા એની પ્રેમિકાની યાદમાં લખાયેલી છે. આ વેલેન્ટાઇનના દિવસે આપણી સાથે હશે રવીન — જેણે આ પ્રેમકહાની લખી છે. એની સાથે એના મિત્રો હશે હેપ્પી, અમરદીપ અને મનપ્રીત. એ પણ આ નવલકથાનાં ખરેખરાં પાત્રો છે. 'ટ્યૂન ઇન ટુ વેલેન્ટાઇન-ડે સ્પેશિયલ શો — રાત બાકી બાત બાકી' સુપરહિટ્સ ૯૩.૫ રેડિયોસ્ટેશન રાત્રે ૯.૦૦ વાગે. રવીન અને એના મિત્રો સાથે વાત કરવા અને જે નથી કહેવાઈ અને નથી સંભળાઈ એ વાતો સાંભળવા માટે. આપણે એ પણ જાણીશું કે આ બુક પ્રસ્તુત થયા પછી રવીન અને એના મિત્રોની જિંદગીમાં શું બન્યું છે. કેટલીક એવી વાતો પણ જાણીશું કે જે આ પુસ્તકમાં નથી લખાયેલી અને પુસ્તક પ્રસિદ્ધ થયા પછી પણ એમની જિંદગીમાં શું બન્યું એ પણ જાણીશું.

એ જ ક્ષણે. આવી જ શાંત માંડ દૂરનું જોઈ શકાય એવી ધુમ્મસ ભરી રાતે. સિમલામાં કોઈ એની રૂમનાં પગથિયાં પર બેઠું છે. લાઇન બંધ રૂમો આવેલી છે અને આ રૂમોની આગળ એક મોટી લોન છે. એણે પોતાની આસપાસ ઠંડીથી બચવા એક કામળો વીંટાળી રાખ્યો છે. લાંબા વાળ છે અને લાંબી દાઢી જે કદાચ મહિનાઓથી એણે નથી કરી. એવું દેખાઈ રહ્યું છે કે એ ઠીક નથી. એ એમ જ બેઠો છે. એની નજર ક્યાંક દૂર છે. એના હાથમાં કાંઈક પકડાયેલું છે અને આસપાસ કોઈ નથી. નિઃસ્તબ્ધ શાંતિ છે અને રાતનો અવાજ છે, બસ. બરાબર એના માથા પર એક પીળો નિસ્તેજ બલ્બ છે અને એની નીચે એક બોર્ડ છે – રિ-હેબિલિટેશન સેન્ટર વોર્ડ નંબર-૪.

૨

રાતના ૮.૩૦ થયા હતા. એ લોકોએ પોતાની કાર રેડિયોસ્ટેશનનાં પાર્કિંગ લોટમાં પાર્ક કરી. એટલું ધુમ્મસ હતું કે આજુબાજુ કંઈ દેખાતું ન હતું, પણ આ ધુમ્મસ એટલું અસામાન્ય ન હતું. વર્ષની મધ્યમાં ફેબ્રુઆરીમાં લગભગ આવું થાય છે, જ્યારે ઉત્તરના ભાગમાં શિયાળો રજા લેતો હોય ત્યારે. આજની પણ આવી જ એક રાત છે.

કારના દરવાજા ખૂલ્યા. ધુમ્મસ આજુબાજુ અમને વીંટળાઈ વળ્યું. આજુબાજુની ઠંડીએ એમને એમના જૅકેટ પહેરી લેવાની ફરજ પાડી. જ્યારે એ લોકો બોલતાં હતાં ત્યારે એમના મોઢામાંથી નીકળતો ધુમાડો ધુમ્મસમાં ભળી જતો હતો.

અમરદીપ ફરી એના જૅકેટને ગળા સુધી બંધ કરતો હતો. એણે બીજાઓને વિચારવા માટે સવાલ આપ્યો.

'કેટલું હશે ૫ ડિગ્રી ?'

મનપ્રીતે જરાય રાહ ન જોઈ. એણે ખિસ્સામાંથી આઇ-ફોન કાઢ્યો અને એના ગેજેટને પૂછ્યું. એણે અમરદીપને સુધાર્યો, 'ના, ૭.૯૫ ડિગ્રી સેં, જે ૪૫.૪૯ ફેરનહિટ થાય છે.'

એને અંદરથી ખુશી થઈ રહી હતી આખરે એ ક્ષણ આવી જ્યારે એ એના સુપર હ્યુમન ગેજેટને દેખાડી શક્યો. ટૅક્નોસેવી માણસ છે. એ ભાગ્યે જ અમેરિકન ગેજેટનો ઉપયોગ કરવાનું ચૂકે. ઇન્ડિયન માપને અમેરિકન ગેજેટમાં કન્વર્ટ કરવાની તો એને બહુ જ મજા આવે.

જીન્સ, જૅકેટ અને શૂઝમાં લપેટાઈને બધા રેડિયોસ્ટેશન તરફ આગળ ચાલ્યા. એમનાં પગલાંનો અવાજ આસપાસની શાંતિનો ભંગ કરતો હતો.

હેપ્પીને ખબર હતી કે રેડિયોસ્ટેશન પર કોને મળવાનું હતું. અત્યાર સુધીમાં તો રેડિયોસ્ટેશનના ઈવેન્ટ મૅનેજરનો એને ફોન પણ આવી ગયો હતો.

પ્રવેશદ્વાર પર એ લોકોએ કાળા રંગનું કાચનું બારણું ધકેલ્યું. અંદર બેઠેલો ગાર્ડ ઉતાવળો એની ડ્યૂટી કરવા દોડી આવ્યો, 'તમે કોણ છો અને કોને મળવું છે ?' એવા સામાન્ય સવાલો પૂછ્યા. એની બંદૂક પકડીને હેપ્પીએ એને જે કાગળ આપ્યો એણે હાથમાં લીધો અને એને વાંચતા આવડે છે એમ બતાડવા માટે વાંચીને પણ સંભળાવ્યો.

આખરે સંતોષ પામીને એણે અમને ત્રણેય જણને રિસેપ્શન એરિયામાં જઈને સોફામાં બેસવાં કહ્યું. એણે ત્યાં સુધીમાં ઇન્વિટેશન કાર્ડ ડેસ્ક પર બેઠેલી રિસેપ્શનિસ્ટને આપ્યું. ડેસ્કની પાછળ મોટો બ્રાન્ડ લોગો હતો, 'સુપરહિટ્સ ૯૩.૫ રેડ એફ.એમ. બજાતે રહો.' મનપ્રીતની ઈચ્છા વિરુદ્ધ રિસેપ્શનિસ્ટ એટલી સારી ન હતી. આમ જોવા જાઓ તો બરાબર હતી અને પ્રૉફેશનલ જણાતી હતી.

'મને ખ્યાલ છે ત્યાં સુધી તમે લોકો – રાત બાકી બાત બાકી માટે આવ્યા છો બરાબર ?' એણે નમ્રતાથી પૂછ્યું અને એની ખુરશીમાંથી ઊભી થઈ.

'હમં.' હેપ્પી એ જવાબ આપ્યો.

'જમણી બાજુના રૂમ નંબર ત્રણમાં. શાંભવી તમારી રાહ જુએ છે.'

'સરસ નામ છે.' મનપ્રીતે લગભગ મોટેથી કીધું. એણે હવે એના મનમાંથી રિસેપ્શનિસ્ટ વિશે વિચારવાનું છોડી દીધું અને આર.જે. કેવી દેખાતી હશે એમ વિચારવાનું શરૂ કર્યું.

મનપ્રીતના તોફાની વિચારોથી અજાણ હેપ્પી આગળ વધ્યો. પહેલી વાર એ લોકો રેડિયોસ્ટેશન પર હતા અને આજુબાજુનું વાતાવરણ જોઈ રહ્યા હતા. સાંકડા પૅસેજવાળી લીલા રંગની કાર્પેટ પર એ લોકો ચાલી રહ્યા હતા અને રેડિયોસ્ટેશન જ પર હોય એવી શાંતિનો અનુભવ કરતાં હતાં. પૅસેજ ડીમ લાઇટથી પ્રકાશિત હતો.

કેટલાય રૂમ પસાર કરીને એ લોકો રૂમ નંબર ૩ પર પહોંચ્યા. હેપ્પીએ ધીમેથી બારણું ખોલ્યું અને મનપ્રીત અને અમરદીપ એને અનુસર્યા. શોની આર.જે. એમની રાહ જોતી હતી.

'હલો – હું શાંભવી છું.' સરસ છોકરીનો સરસ અવાજ આવ્યો.

દરેક જણ સાથે હાથ મેળવીને એણે કહ્યું, 'હું તમારી રાહ જોતી હતી.' તોફાની રીતે મનપ્રીતે તરત શાંભવીનો હાથ ન છોડ્યો, એના ઠંડા હાથમાં જરા વધારે ઠંડક આવી ગઈ.

દરેકે પોતપોતાની ઓળખાણ આપી અને હવે શાંભવીનો વારો હતો. 'હું તમારી હોસ્ટ છું અને આર.જે. પણ – આજના શો 'રાત બાકી બાત બાકી' માટે.' એણે દરેક સાથે વાત કરી અને એને રવીનની ગેરહાજરી ધ્યાનમાં આવી.

'રવીન ક્યાં છે ?' એણે પૂછ્યું અને ત્રણેય જણ શાંત થઈ ગયાં. એકબીજાની સામે જોવા લાગ્યા. હેપ્પી હજી કાંઈ જવાબ આપે એ પહેલાં તો બારણું ખૂલ્યું અને એક ઊંચો માણસ કોઈ કાગળિયા લઈને અંદર આવી ગયો.

'શાંભવી, જલદી. ફક્ત ૩૦ સેકન્ડ જ બાકી છે.' એણે ઉતાવળે કહ્યું.

એ એક જ માણસ ઉતાવળમાં હોય એવું લાગ્યું.

'તું હંમેશાં આટલી ઉતાવળમાં કેમ હોય છે – શાંતનુ ?' શાંભવીએ કહ્યું. થોડો એટિટ્યુડ અને વિશ્વાસ બતાવતાં એણે કહ્યું.

'રિલેક્સ.' શાંભવીએ ઝડપથી પોતાની બાજુમાં વેરાયેલા પડેલા કાગળો ભેગા કર્યા. એ ઑડિયો રૂમમાં ગઈ અને શાંતનુને ઑર્ડર કર્યો, 'એ લોકોનું ધ્યાન રાખ અને દરેક વસ્તુ વિગતે કહી દે અને એકવાર રવીન આવી જાય પછી ઑન ઍર જઈશું – જલદી કરજે.' એણે જતાં જતાં ત્રણેય જણને હું ઉતાવળમાં છું. આપણે પછી મળીશું એવી લૂક આપી. જેવી એ અંદર ગઈ દરેક જણ એને જોતું જ રહ્યું. અધૂરો રહેલો જવાબ હેપ્પી ગળે ઉતારી ગયો.

કાચની પાછળથી સ્ટુડિયો દેખાતો હતો. મોટા ભાગની જગ્યા રોકતું એક મોટું ટેબલ હતું ત્યાં. ફક્ત ત્યાં જ કેટલીક લાઇટ હતી. ટેબલ પર કેટલાક હાઇટેક હેડફોન્સ અને મશીન પડ્યા હતા. આ બધું નવું નવું લાગતું હતું ત્રણેય જણને.

એ પછીની પંદર મિનિટ સુધી ત્રણેય જણ સાથે કરેલી વાતચીતથી શાંતનુ વધારે નિરાશ થઈ ગયો. એને એ કહેવામાં આવ્યું કે જે યોજનામાં ન હતું.

એણે એ સાંભળ્યું કે જે સાંભળીને એને વિશ્વાસ ન થયો, 'શું!!!' એણે અમરદીપ પાસેથી ફરી એ સાંભળવાનો પ્રયત્ન કર્યો.

'તો પછી આપણે શો કેવી રીતે કરીશું ?'

બઘવાઈ જઈને શાંતનુએ પૂછ્યું. એણે વિચારવામાં મિનિટ લીધી. કાંઈ જ વિચાર ના આવતાં એણે એ જ કર્યું જે એ યોગ્ય રીતે કરી શકતો હતો.

ઊભો થઈને એ ત્યાંથી ચાલ્યો ગયો. એણે શાંભવીના સ્ટુડિયોમાં જઈને ધીમેથી દરવાજો ખોલ્યો અને ધીમેથી એનું માથું અંદર લઈ ગયો.

બીજા કોઈ પણ દિવસની જેમ શાંતનુનો ડર આજે પણ સાચો પડ્યો. પાછળ ગીત ચાલતું હતું અને શાંભવીએ પોતાનું માઇક્રોફોન બંધ કર્યું અને શાંતનુને ખખડાવી નાંખ્યો, 'તું હંમેશાં કાંઈક ને કાંઈક ખરાબ સમાચાર લઈને આવે છે – હવે તું એમ કહે છે કે આપણે શો રવીન વિના કરીશું.'

'હા.' શાંતનુના મોઢામાંથી ત્રુટક ત્રુટક શબ્દો આવ્યા.

'હા પણ...' શાંતનુનું પણ સાંભળ્યા વિના શાંભવીએ ત્રણેય જણને અંદર મોકલવા કહ્યું. 'હું જોઈ લઈશ અને તું પ્રોડ્યુસરને કહી દેજે કે રવીન નથી અને આપણે રવીન વગર શો કરીએ છીએ.'

એને ફક્ત એટલું જ કહેવાનું હતું. શાંભવી માટે આ બીજા કોઈ શો જેવો જ શો હતો, એનું રોજનું કામ. એ કામ કે જે એણે એના જતાં પહેલાં પૂરું કરવાનું હતું.

શાંતનુને લાગ્યું કે મૅડમ હિટલરને હવે વધારે કાંઈ સમજાવાનો અર્થ નથી એટલે એ શાંતિથી પાછો આવી ગયો.

બહાર આવીને એણે ત્રણેયને સમજાવાનો પ્રયત્ન કર્યો અને કહ્યું કે, 'એ આવી જ રીતે વાત કરે છે અને મને તો સાંભળતી જ નથી.'

હેપ્પીએ સ્મિત આપ્યું અને શાંતનુને વિશ્વાસ અપાવ્યો, 'કાંઈ વાંધો નહીં, અમે જોઈ લઈશું. તમે ચિંતા નહીં કરતાં.'

ત્રણેય જણાએ સ્ટુડિયોની અંદર જોયું. શાંભવી અમને ત્રણેય જણાને સ્ટુડિયોમાં એ હાજર થવા ઈશારો કરી રહી હતી.

એ લોકો શાંભવીની આજ્ઞાને અનુસર્યા અને અંદર ગયા.

૩

'તૈયાર થઈ જાઓ. આપણે ૩૦ સેકન્ડમાં જ ઑનઍર હોઈશું.'

શાંભવીએ ત્રણેય જણને શું કરવું અને શું ન કરવું એવી સૂચનાઓ આપી. કેટલાક પ્રશ્નો આપ્યા અને પછી માઇક પર એનાઉન્સ કર્યું. વિચિત્ર વાત તો એ હતી કે મહેમાનોને કાંઈ પ્રશ્નો છે કે નહીં એની એને પડી જ ન હતી. મહેમાનો તો ખરેખર પ્રશ્નો પૂછવા અને જવાબ મેળવવા માટે તૈયાર હતા.

'અરે તારી,' મનપ્રીતનું મોં ખુલ્લું જ રહી ગયું અને એના શરીરમાંથી ભયનું લખલખું પસાર થઈ ગયું અને લોહી જાણે થીજી ગયું. અમરદીપે એની ભમર ઊંચી કરી અને ઈશારાથી પૂછ્યું, 'અરે, તું આ શું કરી રહ્યો છે ?' હેપ્પીએ ફક્ત સ્મિત આપ્યું. મનપ્રીતે એના હાથની છેલ્લી આંગળી ઊંચી કરી. અચાનક જ એને વૉશરૂમ જવું હતું. ગુસ્સામાં અમરદીપની આંખો ફરકવા લાગી. મનપ્રીતની આંગળી પાછી નીચી થઈ ગઈ.

'થ્રી-ટુ-વન, હલ્લો ચંદીગઢ – કેમ છો તમે બધાં ? મને ખબર છે તમે બધાં એ જ આનંદ અને ઉત્સાહમાં જ હશો અને મને ખબર છે હંમેશની જેમ તમે તમારી પ્રિય શાંભવીને સાંભળી રહ્યાં છો ''રાત બાકી બાત બાકી'' હમં. તો શરૂ કરીએ છીએ તમારો પ્રિય કાર્યક્રમ. આજના દિવસે તમને શુભેચ્છાઓ સાથે. A Very Happy Valentines Day To You. તમને ખબર છે સવારથી મને એટલું સારું લાગી રહ્યું છે ? મારી આજુબાજુની તમામ વસ્તુઓ લાલ રંગની છે. હવામાં પ્રેમ છે. પાર્કમાં, રોડ પર, કાફેટેરિયામાં અને મારા રૂમની અંદર પણ. બસ, દરેક જગ્યાએ પ્રેમ જ પ્રેમ છવાયો છે. હું બહુ જ ઉત્તેજિત છું આ દિવસને સેલિબ્રેટ કરવા માટે. હું ઇચ્છીશ કે દરેક લવસ્ટોરી આ દિવસે સફળ થાય અને આ દિવસનો અંત તમારા સૌ માટે સુખદ હોય, પણ આજે હું અહીંયા છું તમારા દિવસને વધુ ખાસ બનાવવા માટે, કારણ કે સુપરહિટ્સ ૯૩.૫ રેડ એફ.એમ. તમને આજે એવી પ્રેમકથા અને પાત્રો સાથે મેળવશે જે પ્રેમકથા હજારો દિલોને સ્પર્શી ચૂકી છે. હમં, હું એની જ વાત કરી રહી છું – બેસ્ટ સેલિંગ નૉવેલ – 'I Too Had A Love Story' અને બહુ જ જલદી તમે રવીનની વાર્તાનાં સાચાં પાત્રો સાથે વાતો કરશો. ક્યાંય જશો નહીં, હું હમણાં ગઈ અને હમણાં આવી – સ્ટે ટ્યૂન્ડ.'

એણે ઝીપઝેપ ઝૂમની જેમ અને પ્રૅક્ટિસ મુજબ પોતાની લાઇનો બોલી લીધી. જે રીતે ટેલિપ્રોમ્પટરમાંથી વાંચીને ન્યૂઝરીડર ન્યૂઝ બોલતાં હોય છે, પણ શાંભવી પરફેક્ટ હતી. એના અવાજમાં ઉત્સાહ હતો. આવું જ કંઈક મનપ્રીત, અમરદીપ અને હેપ્પીને લાગ્યું.

આટલું બોલીને એણે કેટલાક બટનો દાબ્યા. એક ગીત વાગવાનું શરૂ થયું અને પછી એણે માઇકનું બટન બંધ કર્યું.

શોમાં પહેલું ગીત વાગ્યું એ રોમૅન્ટિક ગીત હતું ઇંગ્લિશ, 'પેઇન્ટ માય લવ.'

રોકાયેલો શ્વાસ પાછો આવતાં મનપ્રીતને લગભગ એક મિનિટ લાગી. શાંભવીની પાસે જઈને એણે કહ્યું, 'છેલ્લી ૩૦ સેકન્ડના બદલે અમને એક મિનિટ પહેલા ના કહી શકાય ? આ તો બહુ જ ફાસ્ટ હતું.' શાંભવીના મોં પર સ્મિત આવ્યું અને એણે કહ્યું, 'ચોક્કસ.'

હેપ્પીને અત્યારે સમજાઈ રહ્યું કે આખું ચંદીગઢ એમને સાંભળતું હશે અને અચાનક જ એ લોકો જાણીતા થઈ જશે.

એક ગોળ ટેબલની ફરતે બધાં ગોઠવાઈ ગયા. શાંભવીની જમણી બાજુએ હેપ્પી બેઠો અને ડાબી બાજુએ અમરદીપ. મનપ્રીત શાંભવીની સામેની સીટ પર બેઠો. જે ઑડિયો સિસ્ટમ શાંભવી ઑપરેટ કરતી હતી એ હવે ટેબલની વચ્ચે હતી. એક મૉનિટર હતું જેમાં શાંભવી જાહેરાતો અને ગીતો પસંદ કરતી હતી અને વગાડતી હતી. બરાબર વચ્ચે જ માઇક હતું, જેથી દરેક જણ શાંતિથી બોલી શકે. ત્રણ મિત્રો નર્વસ હતા, પણ શાંભવી કૉન્ફિડન્ટ હતી. વધુ એક કલાક જશે અને એના દિવસની નોકરી પૂરી થઈ જશે અને એ ઘરે જશે. કદાચ એને પડી પણ નહીં હોય કે રવીન આવશે કે નહીં આવે.

ગીતની છેલ્લી લાઇન વાગી રહી હતી અને શાંભવીએ અવાજ ઓછો કર્યો અને મ્યુઝિક કૉન્સોલના કેટલાક બટન દબાવ્યા. શાંભવીએ હેપ્પી મનપ્રીત અને અમરદીપને એનાં લિસનર્સ સાથે ઇન્ટ્રોડ્યુસ કર્યા અને સાથે સાથે એમ પણ કહ્યું કે, 'એ પુસ્તકના સાચાં પાત્રો સાથે શો શરૂ કરશે અને પુસ્તકના લેખક સાથે શો પૂરો કરશે.'

રેડિયોસ્ટેશનની બહાર શાંભવીનો અવાજ લગભગ દરેક સાંભળી રહ્યું હતું. ૯.૦૦ વાગ્યાનો શાંભવીનો શો ચંદીગઢનો હિટ શો હતો અને એમાંય ખાસ યંગસ્ટર્સ માટે. પણ એ રાતે એ શો વધારે સ્પેશ્યલ હતો, કારણ કે એ શો અર્પણ કરવામાં આવ્યો હતો શહેરના બેસ્ટ સેલિંગ ઓથરને. જેની પહેલી જ નવલકથાને લોકોએ હજારો વાર વાંચી હતી. લગભગ એક અઠવાડિયા પહેલાંથી આ શો માટે રેડિયા પર જાહેરાત વાગતી હતી.

ધાર્યા મુજબ જ સુપર હિટ્સ ૯૩.૫ રેડ એફ.એમનો ટી.આર.પી. સ્કેલ ઊંચો જતો હતો. અને વધુ ને વધુ રેડિયો ૯૩.૫ રેડિયોસ્ટેશન સેટ કરી રહ્યા હતા. ધુમ્મસમાં ફસાયેલાં વાહનોનાં રેડિયો, ચંદીગઢની પંજાબ યુનિવર્સિટીની દરેક રૂમના રેડિયો, શહેરના હજારો સેલફોનના રેડિયો જેવું ગીત પૂરું થયું. શાંભવી ફરી ઍક્શનમાં આવી ગઈ. આ વખતે એણે મનપ્રીતને પૂરી ૬૦ સેકન્ડ તૈયારી કરવા આપી.

'આપણે વાત કરીએ એ પહેલા હું તમને બહુ જ જલદી રવીનના પહેલા પુસ્તકમાં લખાયેલી વાત કહી દઉં. ચાર મિત્રો – હેપ્પી, મનપ્રીત(એમ.પી તરીકે જાણીતો), અમરદીપ (રામજી) અને રવીન. કોલકાતામાં કૉલેજ પછીના ફર્સ્ટ રિયુનિયન માટે ભેગા થાય છે. વાતચીતમાં એ લોકો નક્કી કરે છે કે જીવનનું હવે પછીનું કામ એટલે કે લગ્ન – એને ગંભીરતાથી લેવું જોઈએ. આ વાતનો આધાર લઈને રવીન મેટ્રિમોનિયલ સાઈટ પર એનો પ્રોફાઈલ મૂકે છે. જ્યાં એને ખુશી મળે છે. રવીન ભુવનેશ્વરનમાં રહે છે અને ખુશી ફરિદાબાદમાં. ધીમે ધીમે બંને જણ ફોન પર અને ચેટરૂમ પર એકબીજાને જાણવા માંડે છે અને પ્રેમમાં પડે છે. ૮ મહિનાના એ લોકોના સહવાસ દરમ્યાન રવીન ફક્ત બે જ વાર ખુશીને મળે છે, પણ એકબીજાનું આકર્ષણ એટલું અદ્‌ભુત હોય છે કે એ લોકો પોતાના વાલી સમક્ષ લગ્નની વાત મૂકે છે. બંનેનાં વાલીઓ એકબીજાને મળે છે અને સગાઈની તારીખ નક્કી કરે છે. ૧૪ ફેબ્રુઆરી, ૨૦૦૭. એટલે કે આજથી બરાબર પાંચ વર્ષ પહેલાં. રવીન અને ખુશી એકબીજાને સગાઈની વીંટી પહેરાવવાના હતા, પણ વિધાતાએ કાંઈ જુદું જ ધાર્યું હતું. સગાઈના પાંચ દિવસ પહેલાં ખુશીની ઑફિસની કારનો અકસ્માત થાય છે. કમનસીબે આ અકસ્માત રવીનની ખુશી માટે ઘાતક પુરવાર થાય છે. ત્રણ મહિના પછી પોતાના અસહ્ય દુઃખમાંથી બહાર આવવા માટે રવીને નક્કી કર્યું ખુશીને તર્પણ કરવું અને એમ એની પ્રથમ નવલકથા – 'I Too Had A Lover Story'નો જન્મ થયો.'

શાંભવી અહીં થોડું અટકી અને પછી આગળ ચલાવ્યું, 'બહુ જ હૃદયસ્પર્શી આ વાત છે, પણ આપણને ગર્વ છે કે રવીને પોતાની વાત આપણી સાથે વહેંચી અને આજે એની હિંમતને આપણે બિરદાવીશું. એટલે હવે ચાલો આપણે રવીનના મિત્રો સાથે વાત કરીએ જે આપણી સાથે સ્ટુડિયોમાં જ છે.'

'તો હેપ્પી તમને કેવું લાગી રહ્યું છે ? આ વાર્તાનાં ભાગ બનવાનું ? રવીન સાથે તમારી દોસ્તી કેવી છે ? જેવી આ પુસ્તકમાં વર્ણવાઈ છે એવી જ છે ?'

'ઓહ, એટલે શાંભવીએ બુક વાંચી છે.' રામજીએ વિચાર્યું.

'હું જવાબ આપું એ પહેલા હલ્લો ચંદીગઢ – મને આશા છે કે તમે બધાં જ વૅલેન્ટાઇન-ડે સેલિબ્રેટ કરી રહ્યા હશો. હં, શાંભવી તમારા સવાલનો જવાબ આપું

તો આ પુસ્તકનો ભાગ બનવાનું તો સારું લાગે છે, પણ વધુ અગત્યનું તો એ છે કે રવીન જેવો મિત્ર હોવો એ સૌથી વધુ સારી લાગણી છે. મને ખાતરી છે કે એમ.પી અને અમરદીપ પણ મારી સાથે સહમત થશે.' હેપ્પીએ સ્ટુડિયોમાં બેઠેલાં બીજા બે મિત્રોની સામે જોયું.

'ઓ.કે., હવે હું મનપ્રીતને પૂછું. હા તો મનપ્રીત, તમને ક્યારે ખબર પડી કે તમે આ પુસ્તકનો હિસ્સો બનવા જઈ રહ્યા છો ? અને તમે કઈ રીતે રિએક્ટ કર્યું. જ્યારે તમને ખબર પડી કે આ બુક તમારાથી શરૂ થઈ હતી ?'

મનપ્રીતે જવાબ આપતાં પહેલાં એક કે બે ઊંડા શ્વાસ લીધા. એણે પણ એનો જવાબ લંબાયેલા હમં સાથે શરૂ કર્યો, પણ પછી એ અટક્યો, વિચાર્યું અને પછી એણે જવાબ આપ્યો, 'રસ પડે એવી વાત તો એ છે કે જ્યારે પુસ્તક છપાઈ ગયું ત્યાર પછી મને એનાં વિશે ખબર પડી.' મનપ્રીત હસ્યો અને એના સ્મિતથી શાંભવી પણ હસી.

'એટલે તમે એમ કહેવા માંગો છો કે રવીને તમને કહ્યું જ નહીં જ્યારે એ લખતો હતો ?'

'ના.' એણે ન કહ્યું. જો એણે કહ્યું હોત તો હું મારું પાત્ર વધારે સારી રીતે ઉપસાવી શક્યો હોત.'

મનપ્રીતે હસીને ઉમેર્યું કે, 'જ્યારે રવીનની બુક લખાઈ અને છપાઈ ત્યારે હું યુ.એસ.માં હતો.'

'તમારું શું કહેવું છે, અમરદીપ ?' શાંભવીએ રામજી તરફ મોં ફેરવ્યું.

અમરદીપે પણ એ જ સ્મિત સાથે વાતને વધુ સ્પષ્ટ કરવા પ્રયત્ન કર્યો. ફક્ત હેપ્પીને જ ખબર હતી અને અમારા બધા માટે તો એ એક સ્વીટ સરપ્રાઇઝ હતી. મનપ્રીત તરફ તોફાની નજર નાંખીને એણે ઉમેર્યું કે મને લાગે છે કે રવીને એમ.પી.નું પાત્ર તો ખરેખર સારી જ રીતે લખ્યું છે.

બધાં હસી પડ્યાં.

'ઑલરાઇટ, આપણે હમણાં જ શરૂ કર્યું છે. આપણે મહેમાનો સાથે રવીનની જિંદગી અને નૉવેલ – I Too Had A Love Story વિશે વધારે વાત કરીશું અને તમારે એ લોકોને જો પ્રશ્ન પૂછવા હોય તો ફોન કરી શકો છો – ૯૮૯૨૭ ૯૨૭૯૨.અમારી ફોન લાઇન્સ હમણાં જ ખૂલી છે તો ચંદીગઢ વેલેન્ટાઇન્સ-ડેના આ પ્રેમને જીવંત રાખીએ. આ રોમૅન્ટિક સૉન્ગ પછી આપણે ફરી વાત કરીએ.'

શાંભવીએ ફરી નવું ગીત વગાડ્યું અને માઇકનું બટન બંધ કર્યું.

'બરાબર જઈ રહ્યું છે.' શાંભવીએ ઍનાઉન્સ કર્યું. દરેકની સામે થમ્સઅપની સાઇન કરી. એ લોકોએ પણ સામે હા-હા એવો ઈશારો કર્યો. ડેસ્કની નીચેના

ડ્રોઅરમાંથી શાંભવીએ સિગારેટનું પૅકેટ કાઢ્યું અને બધાંને ઑફર કરી. બધાંએ બહુ વિનમ્રતાથી ના પાડી.

'ઍક્સક્યુઝમી,' સિગારેટ પીવા માટે શાંભવી ઊભી થઈ. 'સૉન્ગ પૂરું થાય એ પહેલાં હું બે મિનિટમાં પાછી આવીશ, પણ પ્લીઝ રવીનને કહી દો કે ૧૫ મિનિટમાં પહોંચી જાય સ્ટુડિયોમાં. આપણે ધાર્યું છે એના કરતા શોનો રિસ્પોન્સ વધારે આવવાની શક્યતા છે.'

અમરદીપને કાંઈ કહેવું હતું પણ હેપ્પીએ પોતાનો હાથ એના પગ પર દબાવ્યો અને રોકી દીધો.

શાંભવીની ગેરહાજરીમાં એના વખાણ કરનારો મનપ્રીત પહેલો હતો, 'હૉટ છે, યાર.'

અમરદીપની સામે જોતાં પહેલાં હેપ્પીએ મનપ્રીતની સામે જોયું. બંને જણાએ હસતાં હસતાં મનપ્રીતને જોયો, 'તું નહીં બદલાય.'

હેપ્પી બબડ્યો, 'નકામો.'

મનપ્રીતે તરત જ ચેક કરી લીધું કે માઇકનું મ્યુટ બટન ઓન તો નથી થઈ ગયું ને. 'શું નથી હોટ ?' ક્ષણને હળવી બનાવવાનો પ્રયત્ન કર્યો.

થોડી જ વારમાં શાંભવી સ્ટુડિયોમાં પાછી આવી. એ એના સેલફોન પર વાત કરતી હતી. શો હિટ થવાના જ મૂડમાં હતી એ, 'તમે રવીનને કહી દીધું ને ?' એણે પૂછ્યું. ફોન પર વાત કરતાં કરતાં વચ્ચે જ એણે પૂછી લીધું અને જવાબની રાહ જોયા વિના ફરી ફોન પર વાત કરવા લાગી. કોઈએ જવાબ ના આપ્યો, પણ શાંભવીની નજર ચુકાવીને હેપ્પીએ બીજા બે દોસ્તો તરફ એક સ્મિત આપ્યું. ગીત પૂરું થવાની તૈયારીમાં હતું અને શાંભવીએ કેટલીક જાહેરાત વગાડવાની તૈયારી કરી દીધી.

'હેય. આપણો પહેલો કૉલર.' મૉનિટર સ્ક્રીનની જમણી બાજુએ લીલા કલરની લાઇટનો ઝબકારો જોઈને શાંભવીએ ઉત્સાહમાં આવીને જાહેર કર્યું.

ઇન્સ્યોરન્સની કોઈ ઍડ પતવાની શાંભવીએ રાહ જોઈ અને અને ફોન રિસીવ કર્યો. એણે તરત મ્યુટ બટન બંધ કર્યું અને ફોન લાઇનને ચંદીગઢના રેડિયોસ્ટેશન સાથે કનેક્ટ કરી. દરેક શ્રોતાને ફોન ઉપાડતાં પહેલાંની એક રિંગ એણે સંભળાવી પણ ખરી.

'હલ્લો,' શાંભવીએ કૉલરને કહ્યું. સામેની બાજુથી કોઈ જવાબ ના આવ્યો, 'હલ્લો, કોણ છે ?' શાંભવીએ ફરીથી પૂછ્યું. આ વખતે એક સ્વીટ જવાબ આવ્યો, 'હાય શાંભવી, હું રિતિકા છું.'

'હાય રિતિકા, શું કરે છે ?' શાંભવીએ બહુ જ સ્વીટલી રિતિકા સાથે વાત કરી, જે એણે શાંતનુ સાથે જરાય નહોતી કરી.

'હું મઝામાં છું, શાંભવી. મને બહુ સારું લાગે છે કે મારો ફોન લાગી ગયો. જ્યારથી તમે કહ્યું છે કે ફોન લાઇન ઓપન થઈ છે. હું એકએક સેકન્ડ ટ્રાય કરતી હતી.' ઉત્સાહમાં રિતિકા હસી રહી રહી, કારણ કે ન માની શકાય એવો અનુભવ હતો એનો.

'રિતિકા, કહો તમે શું કરો છો ?'

'શાંભવી, હું પંજાબ યુનિવર્સિટીમાંથી અભ્યાસ કરું છું.'

'બહુ જ સરસ. તો વેલેન્ટાઇન-ડે સેલિબ્રેટ કરી રહ્યા છો ?'

'હંમ. કરી રહી છું ને.' એણે શરમાતા શરમાતા જવાબ આપ્યો. સ્ટુડિયોમાં બેઠા બેઠા પણ એનું હાસ્ય કલ્પી શકાતું હતું.

'હું અને મારો બૉય ફ્રૅન્ડ આખી સાંજ સાથે જ હતાં અને હવે અમે બંને સાથે ડિનર કરવાના છીએ.'

'એ તો બહુ જ સરસ રિતિકા. હવે જલદી તમારો સવાલ પૂછી નાંખો. પહેલાં એ કહો કે તમારે કોને સવાલ પૂછવો છે ?'

'શાંભવી, આમ તો મારે આ સવાલ રવીનને પૂછવો હતો, પણ એ અત્યારે હાજર નથી તો હું રવીનના ફ્રૅન્ડને પૂછી લઉં. મેં I Too Had A Love Story પુસ્તક ઘણી વાર વાંચ્યું છે અને મેં આ પુસ્તક ઘણાં બધાંને ભેટ પણ આપ્યું છે, પણ જ્યારે જ્યારે મારું પુસ્તક પૂરું થાય છે દર વખતે મને સવાલ થાય છે પછી રવીનનું શું થયું એટલે કે એ આ દુઃખમાંથી બહાર આવ્યો ? અત્યારે એ ક્યાં છે અને શું કરે છે ? હેપ્પી, અમરદીપ અને મનપ્રીત પાસેથી મારે જાણવું છે. મને આશા છે કે એ ઠીક હશે.'

જેવો એણે સવાલ પૂરો કર્યો. એનો ફોન ડિસકનેક્ટ થઈ ગયો. શાંભવીએ જવાબની રાહ જોતાં મોઢા પર એક સ્મિત સાથે ભમર ઊંચી કરીને ત્રણેય મિત્રોની સામે જોયું.

એક શૂન્યતા છવાઈ ગઈ. શાંભવીએ હાથ ઊંચો કરીને ઇશારો કર્યો બોલવા માટે. એણે હેપ્પીની સામે જોયું અને હેપ્પીએ અમરદીપની સામે જોયું.

અમરદીપ માઇક્રોફોનની નજીક આવ્યો.

'હાય, રિતિકા I Too Had A Love Story માટે આટલી સારી વાત કહેવા માટે થૅન્ક્યુ.' અમરદીપનો અવાજ વધુ કોમળ વધુ ધીમો થઈ ગયો. એણે કહ્યું, 'આઇ એમ સૉરી, હું તારા સવાલના જવાબમાં દુઃખદ સમાચાર આપી રહ્યો છું. રવીન અ... રવીન.' અમરદીપ બોલી ના શક્યો.

આધાર આપવા માટે અમરદીપનો હાથ મનપ્રીતે પકડી લીધો. હેપ્પીએ પોતાની આંખો ઝુકાવી દીધી. શાંભવી કાંઈ જ સમજી જ ના શકી. અચાનક જ ત્રણ મિત્રો

તરફ એનું સંપૂર્ણ ધ્યાન ગયું જે ત્યાં એના રેડિયોસ્ટેશનમાં હતાં અને ચંદીગઢ સાથે વાતો કરતાં હતાં. અમરદીપના વાક્યે એના મગજમાં ખતરાની એક ઘંટડી વગાડી કે શો કઈ તરફ જઈ રહ્યો છે.

એક ઊંડો શ્વાસ લઈને અમરદીપે આગળ કહ્યું :

'એક ખરાબ સમાચાર છે – આપણો રવીન એ નથી રહ્યો જે એ પહેલા હતો. એ એના મગજની સમતુલા ગુમાવી બેઠો છે અને એ MDDથી પીડાઈ રહ્યો છે. (મેજર ડિપ્રેસીવ ડિસઑર્ડર) અને રિહેબિલિટેશન સેન્ટરમાં દાખલ કરવામાં આવ્યો છે.'

'રવીન, રવીન કેમ બહાર આવ્યો તું ? દરેક વખતે આવું શું કામ કરે છે તું ? વૉર્ડ બૉય, વૉર્ડ બૉય. ક્યાં મરી ગયા બધા ?'

એક મોટી બૂમ શાંતિનો ભંગ કરી નાંખે છે. દર્દી નંબર-૪ તરફ દોડતાં દોડતાં નર્સની બૂમ ચાલુ રહે છે.

'ઊભો થા, બેટા રવીન ઊભો થા.'

નર્સ એને ઊભો કરવામાં મદદ કરે છે અને એને પલંગ તરફ લઈ જાય છે. આ તમામ ઘટના દરમ્યાન એ એકદમ ગુપચુપ છે.

એ એના હાથની મુઠ્ઠીઓ ખોલે છે અને વધુ એકવાર અસ્તવ્યસ્ત થઈ ગયેલાં પીછાંઓ તરફ જુએ છે જે એણે ક્યારના પોતાની મુઠ્ઠીમાં પકડી રાખ્યાં છે.

એ સાચવીને પીછાંઓ એના ઓશીકાની નીચે મૂકી દે છે. પોતાના બે હાથ પગની વચ્ચે મૂકી દે છે અને ટૂંટિયું વાળીને સૂઈ જાય છે.

૪

રેડિયોસ્ટેશનની બહાર અમરદીપના છેલ્લા વાક્યે હલચલ મચાવી દીધી હતી. આ બ્રેકિંગ ન્યૂઝ હતા. રવીનની લવસ્ટોરી વાંચી ચૂકેલા એના વાચકો માટે આ એક મોટો આઘાત હતો. એ લોકો અંદર અંદર વાતો કરવા લાગ્યા હતા. એ ચોક્કસ ખાતરી કરવા માટે કે એ લોકોએ જે સાંભળ્યું એ સાચું હતું કે કેમ અને જો સાચું હતું તો બીજા કોઈને ખબર હતી કે કેમ ?

ચંદીગઢના ધુમ્મસથી છવાયેલા રસ્તાઓ પર ટ્રાફિક જાણે થંભી ગયો. સુપર હિટ્સ ૯૩.૫ રેડ એફ.એમ પરથી પ્રસારિત થયેલા સમાચાર હવે જુદા જુદા મોબાઇલ ફોન પરથી પણ પ્રસારિત થઈ રહ્યા હતા. ફોનકૉલ્સ અને મૅસેજિસ અચાનક જ વધી ગયાં. વધારે ને વધારે લોકો રેડિયો સાંભળવા લાગ્યા. ફક્ત એ જાણવા માટે કે રવીનને શું થયું છે. ચંદીગઢનાં કોઈપણ રેડિયોસ્ટેશનની ટી.આર.પી. કરતા અચાનક જ આ સ્ટેશનની ટી.આર.પી. રેકર્ડ બ્રેક ગતિએ વધવા લાગી.

ટાંકણી પડે તોય સંભળાય એવી શાંતિ કારમાં, ઘરોમાં અને રેડિયો સાંભળનારાઓની આસપાસ છવાયેલી હતી. આઘાત પામેલા શ્રોતાઓ, હૃદયભંગ થયેલા વાચકો અને ઉત્સુક લોકો હવે અમરદીપનો અવાજ ફરી સાંભળવા માટે રાહ જોઈ રહ્યા હતા.

રેડિયોરૂમની અંદર આખુંય દૃશ્ય જરાક ગૂંચવાડાભર્યું થઈ ગયું હતું. અત્યાર સુધી આત્મવિશ્વાસુ જણાતી શાંભવી અચાનક ગૂંચવાઈ ગઈ હતી. એને માનવામાં નહોતું આવતું કે એણે શું સાંભળ્યું. એણે સ્પીકરનો અવાજ બંધ કરી દીધો અને માથા પર હાથ મૂકી બેસી રહી એના મહેમાનોની તરફ જોતી. એ ગુસ્સે પણ હતી અને મૂંઝાયેલી પણ.

કોઈ રેડિયોસ્ટેશનની અંદર મહેમાનો અને આર.જે. હોવા છતાં સંપૂર્ણ શાંતિ હોય એવો આ કદાચ પહેલો પ્રસંગ હતો. વાતો નહીં, ગીતો નહીં, જાહેરાતો નહીં – ફક્ત ભેંકાર શાંતિ. શ્રોતાઓને સાંભળવું હતું કે ખરેખર શું થયું હતું.

હેપ્પીએ નમ્રતાથી શાંભવીને કહ્યું કે, 'શાંતનુ ક્યારનોય તમને આ કહેવા પ્રયત્ન કરતો હતો પણ તમે સાંભળ્યું જ નહીં.'

શાંભવીએ તરત જ પોતાના મૂળ સ્વભાવ પર આવી ગઈ અને ચીસ પાડી,

'પણ તમે લોકો તો મને કહી શક્યા હોત. આખા શોની મારી સ્ક્રિપ્ટ સાવ ખરાબ થઈ ગઈ.'

ગુસ્સામાં એણે રૂમમાં હાજર રહેલી તમામ વ્યક્તિઓની સામે જોયું.

મનપ્રીતે તરત કહ્યું, 'અમારી પાસે સ્ક્રિપ્ટ છે.'

શાંભવી વધારે બગડી, 'એનો અર્થ શું અમારી પાસે સ્ક્રિપ્ટ છે ?'

હેપ્પીએ કહ્યું, 'અમને શ્રોતાઓ સાથે વાત કરવા દો અને તમને ખબર પડી જશે.'

અત્યારની પરિસ્થિતિ જોતાં શાંભવી પાસે બીજો કોઈ જ રસ્તો જ નહોતો. અમરદીપે ફરી બોલવાનું શરૂ કર્યું અને રેડિયો સાંભળી રહેલા લોકોને હાશ થઈ. એ લોકો એવું માનતાં હતાં કે અત્યાર સુધી કદાચ ટૅક્નિકલ પ્રૉબ્લેમનાં કારણે રેડિયો મૂંગો થઈ ગયો હશે.

અમરદીપે ફરી બોલવાનું શરૂ કર્યું. ધીમેથી એકએક શબ્દ પસંદ કરીને એ બોલતો હતો. 'ચોક્કસ' એણે કહ્યું અને થોડીવાર માટે અટક્યો.

આ એક જ શબ્દ શ્રોતાઓને ફરી રેડિયો તરફ ખેંચી લાવવામાં સફળ થયો.

એણે આગળ વધાર્યું. 'ચોક્કસ, જિંદગીએ એની સાથે બહુ જ મોટો ખેલ ખેલ્યો. નહીંતર તો જેણે આપણાંમાંથી ઘણા બધાને શીખવાડ્યું કે પ્રેમ શું છે ? એ જ માણસ પ્રેમ ગુમાવવાથી જિંદગી સામેની લડત હારી ન જાત.'

'એટલે તમે એમ કહેવા માંગો છો કે એની પ્રેમિકાનું મોત એ સહન ન કરી શક્યો ?' શાંભવીએ પૂછ્યું. દરેક જણ રેડિયોસ્ટેશનની અંદર અને રેડિયોસ્ટેશનની બહાર ઊંચા શ્વાસે સાંભળી રહ્યા હતા.

'હા.' અમરદીપે જવાબ આપ્યો.

'પણ અમને હતું કે એની પ્રેમિકા માટે આખી કથા લખીને રવીન પાછો સફળતાપૂર્વક એના જીવનમાં ગોઠવાઈ ગયો હશે.'

'હા, એ ગોઠવાઈ ગયો હતો.' હેપ્પીએ ફરી કહ્યું.

શાંભવીને લાગ્યું કે થોડીક્ષણો પહેલાં જે સાંભળ્યું હતું એ સાચું ન હતું. એણે ઊલટતપાસ કરતી હોય એમ પૂછ્યું, 'તો ? તો પછી શું થયું ?'

'જ્યારે બીજું આવું જ કાંઈ એની સાથે થયું ત્યારે એ સહન ન કરી શક્યો.'

ક્ષણ માટે શાંતિ છવાઈ ગઈ. એનું ગળું સાફ કરીને શાંભવીએ પૂછ્યું, 'બીજીવાર ?'

અમરદીપે શાંભવીની સામે ન જોયું, પણ એની આંખો માઇક્રોફોન પર ખોડી રાખી. એક ઊંડો શ્વાસ લીધો અને બહાર કાઢ્યો અને પછી એણે કહ્યું.

'હા, બીજીવાર.' ઘણાબધા લોકો આ વિશે નથી જાણતા. ખુશીના ગયા પછી

ઘણા સમય પછી પ્રેમે ફરી રવીનના દરવાજા ખટખટાવ્યા. બીજી વાર.' અમરદીપે સત્ય જાહેર કર્યું.

આ સાંભળીને શાંભવીએ પછીના ગીતની જાહેરાત કરી અને ગીત વગાડવાનું શરૂ કર્યું. અમરદીપના મનમાં શું હતું એ એને જાણવું હતું. શાંભવીના સવાલોને કારણે ચારેય જણાએ ભેગા થઈને ઉતાવળે વાતો કરી અને શાંભવીના સવાલોના જવાબો આપ્યા. એ લોકો શું કરવા માંગતા હતા એ જાણીને શાંભવીએ બદલાવ માટેની તૈયારી કરી. અચાનક જ એને એક અદ્‌ભુત શોની તક દેખાઈ. એણે કાગળ પર જલદી જલદી કેટલાક વિચારો લખી નાખ્યા. શાંભવીએ બધાંને કહી દીધું કે હવે શોમાં શું શું થવાનું છે અને વચન પણ લીધાં કે હવે એના માટે કોઈ પ્રકારના સરપ્રાઈઝ નહીં હોય અને પછી પૂરેપૂરી તૈયારી પછી શાંભવીએ ઑનઍર કહ્યું.

'રવીન, મારા માટે આ એક તાકાતવાળું અને શક્તિશાળી નામ છે. એવો માણસ જે એની પ્રેમિકાને સંપૂર્ણ સમર્પણ સાથે પ્રેમ કરતો હતો. જે માણસ એની મૃત્યુ પામેલી પ્રેમિકાને પવિત્ર તર્પણ આપીને આ દુનિયામાં શબ્દદેહે પાછો લઈ આવ્યો. એ માણસ જેણે હિંમતથી પ્રેમને પોતાની પાસે આવકારવાની તક આપી. જોકે આ ક્ષણનું સત્ય બહુ જ ક્રૂર છે, પણ આજે વેલેન્ટાઇન્સ-ડેની રાત્રે આપણે આ વિશે વાત કરીએ છીએ. અહીંયા બેઠેલા રવીનના મિત્રો સિવાય કોઈને ખબર ન હતી કે રવીન એનું બીજું પુસ્તક લખી રહ્યો હતો. એવી વાર્તા જે કદાચ એ પૂરી ના કરી શક્યો અને મને તમને જણાવતા આનંદની લાગણી થાય છે કે અહીંયા હાજર રહેલાં મહેમાનો પાસે એ અધૂરું રહેલ પુસ્તક છે. યસ, પહેલીવાર રવીનની બહુ જ રાહ જોવાઈ રહેલ પુસ્તક,'Can Love Happen Twice'નું વાચન પહેલવહેલી વાર હું આજે તમને સ્ટુડિયોમાંથી સંભળાવીશ. કદાચ રેડિયોસ્ટેશનની ઈતિહાસમાં આવો પહેલો બનાવ હશે. તો લિસનર્સ સ્ટે ટ્યૂન્ડ, રવીનના ન છપાયેલા પુસ્તકના લાઈવ રીડિંગ માટે તૈયાર થઈ જાઓ. હું પાછી આવું ત્યાં સુધી આ બીજું સૉન્ગ તમારા માટે.'

આ બીજા ગીતે શ્રોતાઓને થોડી મિનિટો માટે જકડી રાખ્યા અને એમની ઉત્સુકતા વધી ગઈ.

ઑડિયોરૂમની બહાર રેડિયોસ્ટેશનનાં સ્ટાફ મૅમ્બર્સ દેખાતાં હતાં. લાકડાના દરવાજાની કાચની બારીની બહારથી ઈશારો કરીને એ લોકો પૂછી રહ્યાં હતાં કે શું થઈ રહ્યું છે ? શાંભવીએ સામે ફક્ત સ્મિત વેર્યું અને કાંઈક વિચિત્ર ઈશારા કર્યા. ખાતરી આપી કે બધું જ ઠીક થઈ જશે, પણ સામે માણસો ઊભા જ રહ્યા એ જ રીતે ઈશારાઓ કરતા.

શ્રોતાઓ માટે પણ આવી જ કાંઈક વિચિત્ર પરિસ્થિતિ હતી. કેટલાક બહુ જ લાગણીશીલ થઈ ગયા હતા તો કેટલાકને ખબર નહોતી પડતી કે શું થઈ રહ્યું છે ?

પણ છતાં લોકોને એ જાણવું હતું કે ખુશીના ગયા પછી રવીનની જિંદગીમાં શું થયું અને એનાથી પણ વધારે તો એ જાણવું હતું કે એવી તો કઈ ઘટનાઓ ઘટી એની સાથે કે જેથી એને રી-હેબિલિટેશન સેન્ટરમાં જવું પડ્યું.

પછીની ક્ષણોમાં ઘણી બધી ઘટનાઓ બની. દરેક જણ રેડિયોસ્ટેશનમાં દોડતું હતું. ટાઇમ ઓછો હતો અને ઘણું બધું કરવાનું હતું. રવીનની પહેલી બુક પરથી બધાંનું ધ્યાન હવે રવીનની બીજી બુક પર કેન્દ્રિત થયું હતું. શાંભવીએ ફોન ઉપાડ્યો અને ઍક્સટેન્શન પર હુકમ કર્યો કે, 'તાત્કાલિક અંદર આવ.'

હેપ્પી, અમરદીપ અને મનપ્રીતની વાતમાં વચ્ચે જ એણે પૂછી લીધું, 'પેલું પુસ્તક ક્યાં છે ?'

હેપ્પીએ એની ખુરશીની બાજુમાં પડેલી બૅગ ઉપાડી અને કહ્યું, 'અહીંયા.'

'ઓ.કે. કોણ વાંચશે ?' શાંભવીએ ઉતાવળે બીજો પ્રશ્ન પૂછ્યો.

મનપ્રીતે જવાબ આપ્યો, 'અમારામાંથી કોઈપણ.'

'નક્કી કરો – કોણ શરૂ કરશે ?'

'હું કરીશ.' હેપ્પીએ જવાબ આપ્યો.

શાંભવીની આંખો કાગળ પર ફરતી રહી. એનો જમણો હાથ હવે પછી થઈ રહેલી ઘટનાઓ માટે કંઈક લખી રહ્યો હતો અને ડાબો હાથ કાં તો કોઈને ઇશારો કરવામાં અથવા એના વાળની લટ પાછળ કરવામાં વ્યસ્ત હતો.

'કેટલાં પાનાંઓ છે અને તમે ક્યાંક આખી બુક વાંચવાનો તો પ્લાન નથી કર્યો ને ? કેટલી વાર લાગશે ?'

જવાબ ન મળતાં શાંભવીએ કાગળમાંથી નજર ઊંચી કરી. એની આંખો તમામ તરફ ફરી ગઈ. એણે સ્મિત આપ્યું અને બોલી :

'ઑલરાઇટ, મને ખબર છે આ શાંતિનો અર્થ શું થાય છે. તમે વાંચવાનું શરૂ કરી શકો છો. હું પ્રોગ્રામ શિડ્યુલરને કહી દહીશ કે આજના શોને જરાક લાંબો કરે. આપણે જો કે કેટલીક પરમિશન લેવી પડશે, પણ રવીનના પબ્લિશર્સને કોઈ વાંધો નહીં હોય ને બુક પબ્લિશ થતાં પહેલા એનું નરેશન થઈ જાય ?'

પ્રશ્ન સાંભળીને બાકીના ત્રણ જણના ચહેરા પર સ્મિત આવી ગયું, 'અધૂરી બુક છાપવા માટે પબ્લિશર્સ તૈયાર જ નહીં થાય ને ? રવીન જ્યારે સાજો થઈ જાય અને તબિયત ફરી સારી થઈ જાય પછી પુસ્તક પૂરું કરશે અને પછી આ છપાશે અને હજી તો રવીને કોઈ કૉન્ટ્રાક્ટ પણ સાઇન નથી કર્યો એટલે આપણી પાસે બધી જ છૂટ લેવાય એવું છે.' મનપ્રીતે જવાબ આપ્યો.

'પણ વાર કેટલી લાગશે ?'

'હમં. જુઓને બે કલાક. જો તમે વચ્ચે ગીતો અને જાહેરાત ન વગાડો તો.

આપણે વચ્ચેના બિનજરૂરી પાનાંને ઍડિટ કરી શકીએ જે હજુ મઠારવાનાં બાકી છે.'

'હું જાહેરાતોમાં તો ઓછું નહીં કરી શકું, પણ હા ગીતો ઓછા કરી શકું.' શાંભવીએ જવાબ આપ્યો.

આ દરમ્યાન શાંતનુ પેન અને ડાયરી સાથે અંદર ધસી આવ્યો. એને ખબર હતી કે એની મૅડમ એને કાંઈક ડિક્ટેશન આપવાની છે. હજી તો એ યસ મૅમ કહે એ પહેલા તો શાંભવીએ નિઃસહાય ઘેટાં પર તરાપ મારતી સિંહણની જેમ કહ્યું, 'તાત્કાલિકનો અર્થ એ નહીં કે તું પાંચ મિનિટ પછી સ્ટુડિયોમાં આવ. શાંતનુ ફક્ત મૅડમ એટલું જ બોલી શક્યો અને પછી એનો અવાજ એના ગળામાં જ ભરાઈ ગયો. ફક્ત એના હોઠ ફફડતા રહ્યા.

હેપ્પીને નવાઈ લાગતી હતી કે શાંતનુએ હજુ સુધી એની નોકરી કેમ નથી છોડી દીધી.

'ત્રણ વાત' શાંભવીએ કહેવાનું શરૂ કર્યું, 'પહેલી, બૉસને ફોન કર અને કહે કે આપણે આપણો શો લંબાવી રહ્યા છીએ, ગમે તેટલા સમય સુધી.'

શાંતનુએ ફરી કાંઈ કહેવાનો પ્રયત્ન કર્યો અને શાંભવીએ એ જ રીતે એની વાત કાપી નાંખી.

'સાંભળી લે પહેલાં, એને કહે કે આપણી ચૅનલ માટે આ બહુ જ મહત્ત્વનું છે. એને કહે કે સુપર હિટ્સ ૯૩.૫ રેડ એફ.એમ. નહીં છપાયેલા એક પુસ્તકનું વાંચન રેડિયો પર કરી રહ્યા છે અને કોઈ રેડિયો ચૅનલે હજુ સુધી આ કર્યું નથી. બીજી વાત, બ્રોડકાસ્ટ રૂમમાં સિદ્ધાર્થ સાથે વાત કરી લે. એને કહે કે આપણા મેટ્રોસનાં બીજા સ્ટેશન સાથે પણ સંપર્ક કરે અને આ પુસ્તક વાંચન ત્યાં પણ સંભળાવે. એણે આવું આપણાં માટે પણ કર્યું છે અને આ વખતે આપણે ઇચ્છીએ છીએ કે બીજી જગ્યાએ આ પ્રોગ્રામ બ્રોડકાસ્ટ થાય. જો એ બૉસની ઍપ્રૂવલ માટે કહે તો એને કહે કે મને મૅસેજ કરે. ત્રીજી વાત, શો પૂરો થયા પહેલા કોઈ પણ ઑફિસ છોડીને નહીં જાય. ન ટૅક્નિશિયન્સ, ન બ્રોડકાસ્ટિંગ ટીમ, ન સ્ક્રીપ્ટરાઈટર અને ન એડ ડિપાર્ટમેન્ટ. મને કોઈ પણ સમયે કોઈની પણ જરૂર પડી શકે છે.'

શાંભવી ખરેખર સ્ટેશનની સ્ટાર આર.જે. હતી. કદાચ એટલા માટે જ સુપર હિટ્સ ૯૩.૫ રેડ એફ.એમ. પર એને આટલું મહત્ત્વ મળી રહ્યું હતું.

આછા પ્રકાશિત રેડિયોરૂમમાં હેપ્પી ટેબલની બીજી બાજુ પર ખસ્યો. શાંભવીએ હેપ્પી તરફ માઈક્રોફોન ખસેડ્યું અને ટેબલની ઉપરની લાઈટ ચાલુ કરી. રેડિયો રૂમ વધારે પ્રકાશિત લાગવા માંડ્યો. એક ઉજ્જવળ પ્રકાશના શેરડા નીચે હેપ્પીએ ડાયરી મૂકી અને ખોલી. ડાયરી ખોલવાની ઘટના પણ પવિત્ર લાગી રહી હતી. જાણે કે આ ડાયરી કોઈ ધર્મગ્રંથ હતો અને એમાં ભરપૂર લાગણીઓ હતી. રવીનની ડાયરી હતી

એટલે તમામ લોકો એની તરફ પ્રેમથી જોઈ રહ્યાં હતાં. એમના પ્રિય મિત્ર રવીનની ડાયરી. જેમાં રવીનના પોતાના અક્ષરો હતા અને રવીનની ગેરહાજરી પણ.

ફરી જ્યારે એ લોકો ઑનઍર હતા ત્યારે શાંભવીએ દરેક લોકોને કહી દીધું કે, 'આ શો લાંબા સમય સુધી ચાલી શકે છે અને આ રેડિયોસ્ટેશનની હિસ્ટરીમાં પહેલીવાર થયું છે કે કોઈ પણ શો આટલો લાંબો ચાલે. અચોક્કસ સમયમર્યાદા સુધી ચાલે.'

રેડિયોસ્ટેશનની બહાર રવીનનાં ચાહકો તો રવીન વિશે જ જાણવા માંગતા હતા પછી ભલે ને શો ગમે તેટલો લાંબો કેમ ના ચાલે ?

હેપ્પીએ રવીનનું બીજું પુસ્તક વાંચવાની શરૂઆત કરી. 'શું પ્રેમ બીજીવાર થઈ શકે ?' 'Can Love Happen Twice ?'

૫

આ દુઃખી ઘટનાને દોઢ વર્ષ પસાર થઈ ગયું હતું, પણ હું મારી જાતને આ વેદનામાંથી બહાર નહોતો કાઢી શકતો. મને બહુ મોટા બદલાવની જરૂર હતી. નસીબજોગે બેલ્જિયમના પ્રોજેક્ટે મને આશાનું એક કિરણ આપ્યું અને જે જરૂરી હતો એવો બદલાવ આપ્યો. મેં તક ઝડપી લીધી.

જાન્યુઆરી મહિનો હતો અને બેલ્જિયમનું પાટનગર બ્રસેલ્સ શિયાળાના છેલ્લા અઠવાડિયાઓમાંથી પસાર થઈ રહ્યું હતું. બપોર થઈ હતી, લગભગ ૧૨.૩૦ થયા હશે. હું બ્રસેલ્સમાં મારી હોટલરૂમમાં જઈ રહ્યો હતો. સુંદર રૂમ હતો અને એનું ઈન્ટિરિયર બહુ જ સરસ હતું. ટૅક્સચર્ડ દીવાલો હતી અને અદ્‌ભુત લાઈટ હતી. હવામાં એક પ્રકારની તાજગી હતી અને રૂમની અંદર ગરમાવો હતો અને ઠંડક પણ. મેં રૂમને બરાબર ધ્યાનથી જોયો, કારણ કે આ રૂમ જ થોડા દિવસો માટે મારું કામચલાઉ ઘર બનવાનું હતું. મારા ચામડાના બૂટ રૂમની લાકડાની ફ્લૉર પર અવાજ કરતા હતા.

રૂમની બીજી બાજુની દીવાલ એક વિશાળ પડદા પાછળ છુપાયેલી હતી. પડદાની બાજુમાં એક લાંબી દોરી લટકતી હતી. દોરી ખેંચવાથી પડદો ખૂલી ગયો અને પછીની ક્ષણે મારો શ્વાસ જાણે રોકાઈ ગયો.

મારી હોટલ તુલીપ ઈનના ૧૮મા માળની કાચની બારીની બહાર બ્રસેલ્સ મંત્રમુગ્ધ કરી દે એટલું સુંદર લાગતું હતું. હું લગભગ આખું શહેર જોઈ શકતો હતો. બેલ્જિયમની ઠંડી બપોરના બહારનાં દૃશ્યો પર મારી નજર જાણે ચોંટી ગઈ હતી. ઊંચા બિલ્ડિંગ હતા – એકબીજા સાથે હરીફાઈ કરતા હોય આકાશને ચૂમવાની જાણે હરીફાઈ કરતા હોય એવા. ડાબેથી જમણે નજર નાંખતાં ફક્ત આવાં બિલ્ડિંગ્સ જ નજરે પડતાં હતાં. જાણે સપનામાં દેખાઈ રહ્યું હોય એમ બિલ્ડિંગના ધાબામાંની ચીમનીમાંથી સફેદ ધુમાડો બહાર આવતો હતો. થોડે દૂર રસ્તાઓ દેખાઈ રહ્યા હતા અને એની પર વાહનો પસાર થઈ રહ્યાં હતાં.

રૂમની બારીનો ગ્લાસ કદાચ સાઉન્ડ પ્રૂફ હોય એવું મને લાગ્યું. મને કાંઈ સંભળાઈ રહ્યું ન હતું. મેં ઝડપથી ચાલતી કારનો અવાજ કલ્પવાની કોશિશ કરી. પવનના સૂસવાટાની કલ્પના કરી. ફૂટપાથ પર ચાલતા લોકોના અવાજની કલ્પના

કરી. મારા રૂમની નીરવ શાંતિમાં ઊભા ઊભા મેં તમામ પ્રકારના અવાજની કલ્પના કરી. મને ત્યાં ઊભા રહેવામાં આનંદ આવતો હતો. લગભગ હું આકાશની નજીક હતો.

અને સામે નીચે એક ખૂબસૂરત શહેર ફેલાઈને પડ્યું હતું.

થોડી જ ક્ષણોમાં કુદરતે આખાય દૃશ્યને જાણે સફેદ રંગથી રંગવાની શરૂઆત કરી. ધીમો ધીમો બરફ પડી રહ્યો હતો. આકાશમાંથી જાણે ધીમે ધીમે સફેદ રંગની ચાદર નીચે આવી રહી હતી અને એ ચાદર વધારે ને વધારે ઘટ્ટ થતી હું જોઈ રહ્યો. બહારનાં અદ્‌ભુત વાતાવરણની જાદુઈ અસરને હું અનુભવી શકતો હતો. મારે આ ક્ષણોને ચિત્રોમાં ઝડપી લેવી હતી, પણ હું ન કરી શક્યો – ત્યાં અને ત્યારે હું જે અનુભવી રહ્યો હતો એ મારે લખવું હતું, પણ હું એ ન કરી શક્યો. હું મારું ધ્યાન ત્યાંથી હટાવી જ ન શક્યો. મારે એ એક પણ ક્ષણ ગુમાવવી ન હતી. ધીમે ધીમે બધું જ સફેદ થઈ રહ્યું હતું – બિલ્ડિંગો, રસ્તાઓ, હવા. બધું જ.

મારી હથેળીને કાચ પર રાખીને હું ત્યાં ને ત્યાં જ સ્ટેચ્યુની જેમ ઊભો રહ્યો અને બરફની કરચને ધીમે ધીમે નીચી જતી જોઈ રહ્યો. મને યાદ નથી હું ત્યાં કેટલું ઊભો હોઈશ.

મારા રૂમમાં વાગતી ટેલિફોનની રિંગથી મારું ધ્યાન તૂટ્યું. એ સંચિત હતો. મારો કલિગ પણ અને મારો મિત્ર પણ. એ એક જ હતો જેને હું બેલ્જિયમમાં જાણતો હતો. એ અમારા પ્રોજેક્ટનો ડેવલપમેન્ટ ટીમનો લીડ હતો અને હું ટેસ્ટ ટીમનો લીડર. સંચિત અહીંયા મારા કરતાં પહેલાં આવ્યો હતો અને એનાં કારણે જ હું બેલ્જિયમમાં બહુ જ જલદી ગોઠવાઈ ગયો.

'ઓ.કે. અડધો કલાકમાં મળીએ.' ફોનમાં જવાબ આપ્યો.

ભારતના રીતરિવાજો મુજબ આ અડધો કલાક દોઢ કલાકમાં ફેરવાઈ ગયો અને સંચિતે દરવાજા પર ટકોરા માર્યા.

'હેય, હાય.'

એકબીજાને જોઈને અમને આનંદ થયો. અમે હાથ મેળવ્યા અને છોકરાઓ જેમ એકબીજાને વળગે એમ અમે ગળે વળગ્યા. જો કે ઈન્ડિયાની અમારી ઑફિસમાં અમે ક્યારેય આવી રીતે મળ્યાં ન હતાં.

જ્યારે બે ભારતીય પરદેશમાં મળે છે ત્યારે વાત ખરેખર બદલાઈ જાય છે.

સંચિત માથાથી પગ સુધી ગરમ કપડાંમાં લપેટાયેલો હતો.

'વાઉ.' ગ્લાસ વિન્ડોની નજીક જતા એ બોલ્યો અને પછી ફરીને એણે રૂમનું નિરીક્ષણ કર્યું.

'કેટલા ? એક રાતનાં ૮૦ યુરો ?' એણે પોતાના પ્રશ્નનો પોતે જ જવાબ આપી દીધો.

'હમં. ખોટું નથી જ્યારે કંપની આપતી હોય.' મેં જવાબ આપ્યો અને બૅગમાંથી કેટલાક ભારતીય નાસ્તાઓ કાઢ્યા. એણે કૂદકો મારીને પોતાનો ભાગ લઈ લીધો.

એ સાંજે અમે હોટલથી બહાર નીકળી બ્રસેલ્સ નોર્ડ તરફ ગયા. સંચિતે મને જણાવ્યું કે, નોડનો અર્થ ફ્રેન્ચમાં નૉર્થ એટલે કે ઉત્તર થાય છે. બ્રસેલ્સ નોર્ડ એ નજીકમાં નજીકનું સ્ટેશન હતું કે જ્યાંથી અમારે સંચિતના ઘરે જવા માટે મેટ્રો પકડવાની હતી. બહાર બહુ જ ઠંડી હતી. બહારનું તાપમાન લગભગ ૨ ડિગ્રી સેલ્સિયસ હતું. મારા ઓવર કોટના ખિસ્સામાંથી હું હાથ બહાર કાઢી શકતો જ ન હતો. રસ્તામાં સંચિત એક પાકિસ્તાની દુકાન પાસે અટક્યો અને સિગરેટનું પૅકેટ ખરીદ્યું. એ દરમ્યાન દુકાનના ISD બૂથમાંથી મેં ઘરે મારાં મમ્મી-પપ્પા સાથે વાત કરી અને હું પહોંચી ગયો છું અને બરાબર છું એ જણાવ્યું.

રસ્તામાં પસાર થતાં માણસોને હું જોઈ રહ્યો હતો. અમે જે સ્ટેશન પર હતાં એ ખાસ્સું હાઈટેક હતું અને ત્રણ લેવલની ટ્રાન્સપોર્ટ સિસ્ટમ હતી. સૌથી નીચે ટ્રેન દોડતી હતી. એની નીચે મેટ્રોસ અને એની પણ નીચે ટ્રામ્સ. સંચિત પાસે બેલ્જિયમના ટ્રાન્સપોર્ટ માટેનો મન્થલી પાસ હતો અને એના કહેવાથી મેં પણ મારા માટે એક એવો પાસ ખરીદી લીધો.

અમે ટ્રેનમાં હતા ત્યારે સંચિતે મને બેલ્જિયમની જુદી જુદી માહિતી આપી. આ દેશમાં બે ભાષા બોલાય છે. અડધો અડધ દેશ બ્રસેલ્સ સહિત ફ્રેન્ચ બોલે છે અને બાકીનો અડધો ડચ ભાષા. બેલ્જિયમ દેશ બેલ્જિયમ ચૉકલેટ્સ, બેલ્જિયમ બિયર, અને બેલ્જિયમ છોકરીઓ માટે પ્રખ્યાત છે. હજી મારે પહેલી બે માહિતીને ચકાસવાની બાકી હતી અને છેલ્લી માહિતીએ નરી આંખે દેખાય એવું સત્ય હતું. બેલ્જિયમ પાસે મોનાર્કિયલ ગવર્નલ સિસ્ટમ છે અને સજાતીય લગ્નને એણે માન્યતા આપી છે. મને જે માહિતીમાં રસ પડ્યો એ એ હતી કે બેલ્જિયમ એ બરાબર યુરોપિયન દેશોની વચ્ચે આવેલું છે. હું ત્યાંથી નજીકના દેશો ફ્રાન્સ, જર્મની, યુ.કે અને નેધરલૅન્ડ આરામથી જઈ શકતો હતો.

મોડી સાંજે અમે સંચિતનાં ઘરે હતાં. મજાનું અને હૂંફાળું ઘર હતું. જો કે સંચિતે કપડાં ધોઈને ઘરમાં જ સૂકવી દીધાં હતાં એટલે થોડું અસ્તવ્યસ્ત હતું. મોંઘું ઘર હતું, પણ સંચિતે એટલા માટે એ લીધું હતું કે સંચિતની પત્ની એકાદ અઠવાડિયામાં ત્યાં આવવાની હતી અને આ ઘર એણે એની પત્નીની જરૂરિયાતોને ધ્યાનમાં રાખીને લીધું હતું. એ વખતે એની પત્ની ઇન્ડિયામાં હતી.

હું લિવિંગરૂમ એરિયાના સોફામાં ગોઠવાઈ ગયો અને ટીવી ચાલુ કર્યું. સંચિત ફ્રીઝમાંથી બે બિયરના કેન લઈ આવ્યો અને બહુ જ જાણીતો બેલ્જિયમના બિયર પીતાં પીતાં અમે હળવા થઈને વાતો કરવા લાગ્યા.

બહુ જ જલદી અમારી વાતો ઑફિશિયલ થઈ ગઈ. ઑફિસનાં ક્લાયન્ટ, પ્રોજેક્ટ, ઑફિસનું લોકેશન, ઑફિસની સારી વસ્તુઓ અને ઑફિસની ખરાબ વસ્તુઓ.

પછી અમે અમારી માટે જમવાનું બનાવ્યું અને પછી હું મોડી રાતે મેટ્રો પકડીને પાછો બ્રસેલ્સ નોર્ડ પહોંચી ગયો. હું મારી રૂમમાં સૂઈ ગયો. મારી ડાબી બાજુની કાચની દીવાલ પડદા વગર ખુલ્લી હતી. જ્યારે જ્યારે મારી ઊંઘ તૂટતી હું બેલ્જિયમની રાતનું અદ્ભુત દૃશ્ય જોતો હતો.

૬

બીજા દિવસે સવારે હું મારા ક્લાયન્ટની ઑફિસમાં હતો. ઝેન્ડવુસ્ટાર્ટ મેક્લેઇનમાં. મેક્લેઇન એ બેલ્જિયમનું બીજું શહેર છે અને બ્રસેલ્સથી વિરુદ્ધ, દેશનાં આ ભાગમાં ડચ બોલતા લોકોની વસ્તી છે. ડચ ભાષામાં સ્ટાર્ટનો અર્થ થાય છે શેરી અને ઝેન્ડવુસ્ટાર્ટ એ મારી ઑફિસનું એડ્રેસ હતું.

ક્લાયન્ટની ઑફિસમાં મારા શરૂઆતના કેટલાક કલાકો સારા ગયા. મારું પહેલું કામ તો લોકોને શુભેચ્છા આપવાનું જ હતું. એમને મળવું – મારી ઓળખાણ આપવી અને એમની ઓળખાણ મેળવવી. મારું બીજું અગત્યનું કામ હતું કે મારા કામ કરવાની જગ્યાએ ગોઠવાવું. બપોર સુધીમાં મેં સફળતાથી એ કરી નાંખ્યું.

'ચલ, લંચ માટે જઈએ.' સંચિતે કહ્યું, 'અહીં નજીકમાં જ સૅન્ડવિચ શૉપ છે અને અહીંના મોટા ભાગના લોકો ત્યાં જ જાય છે.'

જ્યાં સૅન્ડવિચને નાસ્તો માનવામાં આવે છે એવા ઇન્ડિયાથી વિરુદ્ધ પશ્ચિમી દેશોમાં એને ભોજન માનવામાં આવે છે. અત્યાર સુધી જુદા જુદા દેશોમાં રહીને મેં પણ કેટલીક આદતો પાડી દીધી હતી.

સંચિત અને હું ઍન્થનીની સાથે લંચ માટે જોડાઈ ગયા.

ઍન્થની ગોમ્સ – જુદા જુદા કલાયન્ટનો સંપર્ક કરવાનું એનું કામ હતું. કલાયન્ટના સ્થળ પર અમે જે પ્રોજેક્ટ્સ આપીએ એની પર ઍક્શન લેવાનું એનું કામ હતું. એનો ચહેરો ખાસ્સો એવો ગુલાબી હતો. ભૂખરી આંખો અને વાંકડિયાં કથ્થઈ વાળ. એવું લાગતું હતું કે એ એની પત્નીને બહુ પ્રેમ કરતો હશે. એના ડેસ્ક પર એણે એની પત્નીનો ફોટોગ્રાફ રાખ્યો હતો. ઍન્થની સાથે જોડાવવાનું અમારું કારણ એકદમ સાદુંસીધું હતું. એની પાસે કાર હતી અને એ પણ સૅન્ડવિચની એ જ શૉપ પર લંચ લેવા જતો હતો. આમ તો ઑફિસથી દસ મિનિટમાં ચાલતા શૉપ સુધી પહોંચી જવાય પણ ઍન્થનીની બ્રાન્ડ ન્યુ વૉલ્વોમાં બે મિનિટની રાઇડ અમને વધારે આકર્ષક લાગી. ગાડીમાં લંચ માટે જતા જતા મેં ઍન્થની સાથે પ્રાથમિક વાતો કરી.

મારા આશ્ચર્ય વચ્ચે સૅન્ડવિચની શૉપ એક મિની બસ હતી અથવા તો કહી શકાય કે એક વેન જેમાં સીટ્સ ન હતી, પણ જુદી જુદી સૅન્ડવિચ દેખાય એવું ડિસપ્લે

બૉક્સ હતું. ડિસપ્લે બૉક્સની પાછળ સર્વિસ એરિયા હતો જ્યાં એક જાડું દંપતી સૅન્ડવિચ વેચવામાં વ્યસ્ત હતું. એનો પ્રવેશ જુદી જગ્યાએથી હતો અને બહાર નીકળવાની જગ્યા પણ જુદી હતી. વાનની અંદરથી છેક બહાર સુધી લાંબી લાઇન હતી. એનો અર્થ એ કે આ નાનકડી જગ્યા પણ બિઝનેસ ખાસ્સો એવો કરતી હતી. અમે પણ લાઇનનાં છેડે જઈને ઊભા રહી ગયા. સંચિતના સજેશન પ્રમાણે મેં ક્રિપ સેટ સૅન્ડવિચ પસંદ કરી. ચિકન સૅન્ડવિચ – હોટ ચીલીસ અને બહુ જ બધાં સલાડવાળી. ઍન્થનીએ પણ એ જ પસંદ કરી. અમે પૈસા ચૂકવ્યા અને ઍક્ઝિટ તરફથી બહાર નીકળ્યા. બહાર આવતાં આવતાં મેં જોયું કે લાઇન વધુ લાંબી થઈ ગઈ હતી. અમે કારમાં પાછા બેસી ગયા.

ઍન્થની કાર રિવર્સ કરતો હતો અને મારી નજર કોઈની પર પડી. ચોક્સાઈથી કહું તો કોઈની પીઠ પર. છોકરી હતી એ. સૅન્ડવિચ શૉપની લાઇનમાં છેલ્લી ઊભેલી છોકરી. મારી નજર ત્યાં ચોંટી ગઈ. બ્લેક ઓવરકોટ અને એની નીચે બ્લ્યુ ડેનિમ અને એની નીચે સફેદ પૂમા શૂઝ, કાનમાં ભરાવેલા ઈયર ફોન, ખુલ્લા વાળ, તાલબદ્ધ રીતે હલતો એનો ડાબો પગ અને માથું, પણ આ બધાં કારણો ન હતાં કે જેથી મારું ધ્યાન ગયું. ૨૦ ફૂટનું અંતર અને એની પીઠ મારી તરફ હોવાથી મને લગભગ થોડી જ વાતો ખબર પડતી હતી. એના હાથ અને વાળના રંગ પરથી અને થોડા ઘણા દેખાતા એના ચહેરા અને ગરદન પરથી મને એવું લાગ્યું કે એ છોકરી ભારતીય હતી.

ખબર નહીં કેમ અચાનક જ મને એનો ચહેરો જોવાની ઇચ્છા થઈ. કદાચ મારી ધારણાં સાચી હતી કે કેમ એ પણ મારે જોવું હતું, પણ એ જ વખતે ઍન્થનીએ એની કાર બહાર કાઢી અને હું મારી તક ચૂકી ગયો.

સંચિતનું ધ્યાન મારી તરફ ગયું અને એણે કારની બહાર જોયું અને પછી ફરીથી મારી તરફ જોયું અને પ્રશ્નાર્થમાં એણે એની ભ્રમર ઊંચી કરી.

'કાંઈ નહીં હું રસ્તો યાદ કરવાની કોશિશ કરું છું.' મેં કહ્યું અને અમે ફરી વાતોમાં બીઝી થઈ ગયા.

ઑફિસે પહોંચીને હું મારા કામમાં વ્યસ્ત થઈ ગયો. ઇન્ડિયાથી મારી ટીમ તરફથી મને કેટલાક ઇ-મેલ આવેલા હતા. ભારતમાં એ લોકો અત્યારે આવીને પોતાનું કામ શરૂ કરતા હતા. બેલ્જિયમનો સમય ભારત કરતા ૪ કલાક આગળ છે અને ઉનાળામાં આ અંતર એક કલાક જેટલું ઘટી જાય છે.

મારો બાકીનો સમય ફોન કૉલ્સ ઉપાડવામાં અને કેટલાક પ્રશ્નો ઉકેલવામાં ગયો. સંચિત અને મારા સિવાય ઑફિસમાંથી બધાં ૪.૩૦ વાગે જ જઈ ચૂક્યા હતા. ભારતીયો લાંબા સમય સુધી કામ કરે એ પરંપરા અમે જાળવી રાખી હતી. મારું કામ

પતાવીને સંચિત નવરો થાય એની હું રાહ જોતો હતો.

અચાનક જ સંચિતે એની ઘડિયાળ જોઈ અને મૂર્ખ જેવા ચહેરે મારી સામે જોયું.

એણે મને પૂછ્યું, 'તું કેટલું ફાસ્ટ દોડી શકે ?'

એ કેમ આવું પૂછી રહ્યો છે મને ખબર ના પડી. મેં એને પૂછ્યું, 'તું કેમ પૂછે છે ?'

'કારણ કે આપણી પાસે આપણી છેલ્લી બસ પકડવા માટે ત્રણ જ મિનિટ છે.' એણે બૂમ પાડી – ખુરશીમાંથી કૂદકો માર્યો – લૅપટૉપ સ્ક્રીનને ઝડપથી બંધ કર્યો – લૅપટૉપને બૅગમાં નાંખ્યું અને બારણાં તરફ દોડતા દોડતા કહ્યું, 'તારાથી વધારે ફાસ્ટ.' મારા ક્લાયન્ટની ઑફિસમાં, અલબત્ત ક્લાયન્ટ વગરની ઑફિસમાં મેં પણ સામે બૂમ પાડી.

હું એની પાછળ દોડ્યો અને પગથિયાં ઊતરતા હું એની સાથે થઈ ગયો અને રસ્તા પર તો હું એનાથી પણ આગળ નીકળી ગયો.

સંચિતની ગણતરી એકદમ સાચી હતી. બસ હજી હમણાં જ પહોંચી હતી અને બસમાં ચઢવાવાળા અમે બે છેલ્લા પૅસેન્જર હતા. બસના ઑટોમેટિક દરવાજા બંધ થાય એ પહેલા અમે જોરથી હસ્યા અને એકબીજાને તાળીઓ આપી. અમારા તેજ ચાલતા શ્વાસ ધીમે ધીમે નૉર્મલ થવા લાગ્યા.

બસમાં બીજા કેટલાક ભારતીયોને જોવા એ પણ એક આનંદ અને નવાઈની વાત હતી. હકીકત તો એ હતી કે ત્યાં કોઈ બેલ્જી ન હતો એટલે કે બેલ્જિયમનો રહેવાસી. સિવાય કે બસનો ડ્રાઈવર. એનો અર્થ એ કે સંચિત અને હું જ નહીં ઘણાં બધાં બીજા ભારતીયો પણ બેલ્જિયમમાં ક્લાયન્ટની ઑફિસમાં મોડા સુધી કામ કરતા હતા.

સંચિતે બધા જ સાથે મારી ઓળખાણ કરાવી. મોટા ભાગે બસમાં બધા જ એકબીજાને ઓળખતા હતા. મને ખબર પડી કે મોટા ભાગના ભારતીયો નજીકનાં સ્થળોએ જ કામ કરતા હતા. લગભગ બધા જ કામના દિવસે એકબીજાને બસમાં મળતા હતા અને શનિ-રવિમાં ઘરે. મેં પણ એ લોકો સાથે વાતો કરી.

થોડી વાર પછી બસની છેલ્લી સીટમાં હું આરામથી બેઠો. હું થાકી ગયો હતો. બહુ જ જલદી હું મારા વિચારોમાં ખોવાઈ ગયો. મને એ બેલ્જિયમ ડ્રાઈવરનો વિચાર આવ્યો જે બધાં જ ભારતીયોને એમનાં ઘર સુધી પહોંચાડવા જઈ રહ્યો હતો. મેં ક્રિપ સેટ સૅન્ડવિચના સ્વાદનો વિચાર કર્યો જે એ મેં પહેલા દિવસે ખાધી હતી. સૅન્ડવિચ શૉપની આગળ ઊભેલી પેલી છોકરીનો મેં વિચાર કર્યો. જેનો ચહેરો જોવામાં હું નિષ્ફળ રહ્યો હતો. એનો ચહેરો જોવાની મેં મારી ઉત્સુકતાનો વિચાર કર્યો કે જે એ છોકરીનું મોં જોવામાં મને થઈ હતી. મેં વિચાર કર્યો કે કેમ અચાનક જ કોઈ વિચિત્ર

જોડાણ મને એ છોકરી સાથે અનુભવાતું હતું. મેં એ બરફના વરસાદનો વિચાર કર્યો જે મેં મારા બેલ્જિયમનાં પહેલા દિવસે જોયો હતો. મેં મારી મમ્મીનો વિચાર કર્યો જે અત્યારે ભારતમાં હતી — મેં મારા ભૂતકાળનો વિચાર કર્યો અને મેં ખુશીનો વિચાર કર્યો.

૭

અઠવાડિયું પૂરું થતા તો મેં ભાડે ઘર પણ શોધી લીધું. નસીબજોગે મને મેક્લેનમાં જ ઘર મળી ગયું. મારી ઑફિસ પણ મેક્લેનમાં જ હતી. ઑફિસ અને ઘરની વચ્ચે બસમાં ૧૦ કિમીનું અંતર હતું.

૧૬ માળના બિલ્ડિંગમાં મારું ઘર પહેલે માળે હતું. રહેવા માટેની સરસ જગ્યા હતી. એમાં મોટો ડાઇનિંગ રૂમ હતો. નાનકડું પણ મજાનું કીચન. હૂંફાળો બેડરૂમ. ચોખ્ખો બાથરૂમ અને મોટી બાલ્કની. હોટલરૂમની ગ્લાસવૉલની જેમ જ બાલ્કની વૉલ પણ કાચનાં સ્લાઈડિંગ ડોરથી બનેલી હતી. ગ્લાસવૉલની ઉપર એક શટર હતું. જે ઑટોમેટિક ગૅરેજ ડોરની જેમ જ બંધ થઈ જતું હતું. સવારના પહોરમાં સૂરજનાં કિરણોને આવકારતી વખતે શટર હું ખોલી નાંખતો અને રાતના સૂતા પહેલાં બંધ કરી નાંખતો. શિયાળામાં ગરમી માટે દરેક રૂમમાં હિટર લગાડેલાં હતાં. એક હિટર તો બાથરૂમમાં પણ હતું. મારા ઘરમાં બધું જ હતું – ટીવી, સોફા, ડાઇનિંગ ટેબલ, પલંગ. ઈન્ટિરિયર અને ફર્નિચર મને બહુ જ ગમતું હતું. જેવું મને વ્હાઇટ કાર્ડ મળ્યું એટલે કે બેલ્જિયમમાં વસતા પરદેશીઓ માટેનું આઇ કાર્ડ મળ્યું, મેં ઍપાર્ટમૅન્ટના દરવાજા પાસે મારી નેમ પ્લેટ પણ લગાવી દીધી. મેં મારું નામ વાંચ્યું. બેલ્જિયમમાં તમારા ઘરની બહાર તમારી નેમ પ્લેટ લગાડવી ફરજિયાત છે.

એક કે બે દિવસમાં તો હું બરાબર ગોઠવાઈ ગયો અને મારું જીવન સરળતાથી ચાલવા લાગ્યું. હું સવારે ઊઠતો, તૈયાર થતો અને મારા માટે નાસ્તો તૈયાર કરતો. પછી હું ૯.૦૦ વાગ્યાની બસ પકડીને ઑફિસે જતો અને સાંજે ૬.૦૦ વાગે ઑફિસથી નીકળી જતો અને ઑફિસની બાજુમાં આવેલા જીમમાં જતો. રાત્રે હું રસોઈ કરતો. ડિનર પછી મોડી રાત્રે હું કૉફીનો કપ લઈને બાલ્કનીમાં ઊભો રહેતો અને મારા લૅપટૉપમાંથી હિન્દી અને પંજાબી ગીતો વાગ્યા કરતાં. ક્યારેક બાલ્કનીમાં ઊભા રહીને આકાશમાં ઊડતાં પ્લેનની લાલ લાઇટ હું જોતો. મને એવી કલ્પના કરવાનું ગમતું કે આમાંથી એક પ્લેન ભારત જઈ રહ્યું છે.

સૂતા પહેલા હું બાલ્કનીનું શટર બંધ કરી દેતો. પથારીમાં પડતો – થાકેલો છતાં ખુશ રહેતો.

મારા ઍપાર્ટમૅન્ટમાં એક પણ ભારતીય નહોતો રહેતો. બિલ્ડિંગમાં રહેતા લોકો કાંતો ફ્રેન્ચ બોલતાં હતાં અથવા ડચ. ઇંગ્લિશ તો જાણે એમના માટે ત્રીજી ભાષા હતી. મોટા ભાગે તો ઇશારાની ભાષા. સંચિત મારાથી દૂર બ્રસેલ્સમાં હતો અને એની પત્ની આવી ગઈ હતી. હું એમના ઘરે બહુ જઈ શકતો ન હતો. હું એકલો રહેતો હતો – એકલો રસોઈ કરતો હતો અને એકલો જ ખાતો હતો. ભાષાની તકલીફને કારણે હું કોઈની સાથે વાત પણ કરી શકતો ન હતો, છતાં પણ બેલ્જિયમમાં જીવનના પડકારો ઝીલવા માટે હું સજ્જ હતો. આખરે એ પડકારો એટલા ક્રૂર ન હતા કે જે મેં મારા ભૂતકાળમાં ભોગવ્યા હતા.

૮

બેલ્જિયમમાં મારું બીજું અઠવાડિયુ હતું. એક દિવસ સાંજે હું ટ્રેડમિલ પર દોડી રહ્યો હતો. મારી સામેના આયનામાં મેં એક ચહેરો જોયો. એક છોકરીનો ચહેરો. બહુ જ સાચું કહું તો સુંદર ભારતીય છોકરીનો ચહેરો જે હમણાં જ જીમમાં પ્રવેશી હતી. મારા ટ્રેડમિલની પાછળ એ ઊભી રહી. હું એને આયનામાંથી જોઈ શકતો હતો. એનો અર્થ એ કે એ પણ મને આયનામાંથી જોઈ શકતી હતી. કદાચ એ જીમમાં રહેલા ભારતીયોને હલ્લો હાય કરી રહી હતી. દોડતાં દોડતાં મેં પણ એ છોકરીની સામે જોવાનું ચાલું રાખ્યું, જેથી કરીને હું પણ એને હલ્લો કહી શકું.

જો કે થોડી જ વારમાં મને એવો ખ્યાલ આવ્યો કે એ હલ્લો-હાય કરવા નહોતી ઊભી, પણ ટ્રેડમિલ પર ઍક્ઝરસાઇઝ કરવા ઊભી હતી.

મારી જમણી બાજુ ઊભા રહીને એણે પ્રશ્ન પૂછ્યો, 'કેટલી વાર લાગશે ?' હું એ યુવાન છોકરીને જોવા ફર્યો. એ રૂપાળી હતી અને એનો અવાજ પણ. ગોળ ગળાનું એનું પીળું ટી-શર્ટ એના સુડોળ શરીરનો ખ્યાલ આપતું હતું. એના ચુસ્ત પગ પર એવી જ ચુસ્ત રીતે પહેરાયેલા બ્લેક લિયોટાર્ડ હતાં. બહુ જ ઊજળો વર્ણ હતો એનો. એના વાળ ભીંજાયેલા હતા કદાચ પરસેવાને કારણે. કપાળ પર કેટલાક પરસેવાનાં બુંદ જામ્યાં હતાં. એણે રિસ્ટબેન્ડ પહેર્યો હતો અને ત્યાં ઊભી રહીને એ મારો ચહેરો જોઈ રહી હતી એ ચ્યુંઇગમ ખાઈ રહી હતી અને મોંમાં એને ડાબેથી જમણે અને જમણેથી ડાબે કરી રહી હતી.

'ઍક્સક્યુઝ મી.' એણે હાથ ઊંચો કરીને કટાક્ષમાં કહ્યું. હું એને તાકી તાકીને જોઈ રહ્યો હતો એનું મને ભાન કરાવવા માટે.

બહુ સાચું કહું તો મારો કોઈ ખોટો ઈરાદો ન હતો. બસ, મને આશ્ચર્ય થયું હતું. એના તરફથી હું શુભેચ્છાની આશા રાખતો હતો અને એ આશા અત્યારે કડડભૂસ થઈ ગઈ હતી.

'તમે મને કહી શકો કે તમારે કેટલી વાર લાગશે ?'

'સૉરી.' મેં તરત જવાબ નહીં આપવા માટે ઉતાવળે માફી માંગી.

ટ્રેડમિલના ડિસ્પ્લે પર મેં નજર નાંખી. હું હજી દોડી રહ્યો હતો.

'અં. ૧૫ મિનિટની સાંઇકલ છે અને મને હજુ ૧૦ મિનિટ લાગશે.'

'૧૦ મિનિટ!!!' એને આઘાત લાગ્યો.

એને આઘાત લાગ્યો અને એ પણ એવી રીતે જાણે મેં એને ૧૦ મિનિટ શ્વાસ રોકવાનું કહ્યું હોય. થોડીક ક્ષણો માટે એનું મોં ખુલ્લું રહી ગયું. એના ખુલ્લા મોંમાં ચ્યુંઇગમનો કલર પણ હું કહી શકતો હતો.

'પણ મારે બહુ રાહ જોવી પડશે.'

'હા, હા.' એણે ખરેખર આવું કહ્યું.

'કોણ છે એ ? મિસ ઇન્ડિયા. કોઈ માની બગડેલ દીકરી. હાય પણ નથી કહેતી અને આશા એવી રાખે છે કે લોકો ટ્રેડમિલ પરથી ઊતરીને એની માટે જગ્યા કરી આપે.'

ધીરે ધીરે એના ખુલ્લા મોંએ મૂળ આકાર ધારણ કર્યો અને એણે ચ્યુંઇગમ ચાવવાનું ફરી શરૂ કર્યું. એની આંખોમાંથી નાખુશી ઝલકતી હતી. જ્યાં ઊભી હતી ત્યાં પાછી ચાલી ગઈ અને વર્ષો લાંબી ૧૦ મિનિટ પસાર થવાની રાહ જોવા લાગી.

'અને હું શું કરતો હતો ?'

મને એક્ચુલી આ નાનકડા ઝઘડાની મજા આવી રહી હતી. હું એને કાચમાંથી જોતો હતો. એણે એના હાથ કમર પર રાખ્યા હતા અને આમતેમ જોઈને ન ફિકરાઈનો દેખાવ કરી રહી હતી. થોડી થોડી વારે એ એની કોણી વાળીને કમરને સ્ટ્રેચ કરી રહી હતી. મારા માટે હસવું રોકવું લગભગ અશક્ય હતું. એની ઉતાવળમાં વધારો કરવા માટે ટ્રેડમિલ પર મેં મારી સ્પીડ વધારી. જેવું મેં આવું કર્યું એણે એના વાળમાંથી રબરબૅન્ડ કાઢ્યું અને રબરબૅન્ડને ખેંચવા માંડી, પોતાની જાતને વ્યસ્ત રાખવા માટે.

મારા ટ્રેડમિલના આંકડાઓ હવે ૧૫ મિનિટથી છેલ્લી સેકન્ડમાં પહોંચી ગયા હતા. બરાબર ૧૦ સેકન્ડ બાકી હતી અને મૅડમ ઇન્ડિયા ફરી મારા માથા પર આવીને ઊભાં રહી ગયાં. હવે ખરેખર હું મારી જાતને મોટેથી હસતાં રોકી શકતો ન હતો. ઓટોમેટીક ટ્રેડમિલની સ્પીડ ધીમે ધીમે ઓછી થવા લાગી અને અઢી મિનિટનો કુલિંગ પિરિયડ આવ્યો. મેં એની સંપૂર્ણ અવગણના કરી અને કોઈ હોય જ નહીં એમ ચાલવાનું ચાલું રાખ્યું. હવે ટ્રેડમિલ પર ચાલતાં ચાલતાં ડેશબોર્ડ પરથી મેં મારો ટોવેલ લીધો અને મારા હાથ અને મોં લૂછવા લાગ્યો. એને પસંદ નહોતું પડતું. એ મારી સામે એવી રીતે જોતી હતી કે આ એનો સમય છે અને મારે ટ્રેડમિલ પરથી ઊતરી જવું જોઈએ, પણ મેં એની અવગણના કરવાનું ચાલુ રાખ્યું.

'ઍક્સક્યુઝમી.' એણે ફરી કહ્યું.

મેં એની સામે જોયું.

'તમારી ૧૦ મિનિટ પૂરી થઈ ગઈ ને ?' એણે નમ્રતાથી પણ કટાક્ષમાં કહ્યું.

વાક્યના અંતે એણે જેને પૂછ્યું એ મને બહુ જ ગમ્યું. એ વાક્યને દેશી સ્પર્શ આપતો હતો.

'હા, પણ ૧૫ મિનિટની સાથે અઢી મિનિટનો કૂલિંગ પિરિયડ પણ આવે છે.'

'આ તો ચિટિંગ છે, યાર.' એક બાળકની જેમ એણે કહ્યું. કહેતા કહેતા એના ડાબા ખભા તરફ એણે એનું માથું ઝુકાવ્યું અને પછી એ શાંત થઈ ગઈ.

મને એના ચહેરા પરના ભાવ અને એ જ એ કરતી હતી એમાં મજા આવતી હતી. એ બહુ પ્રમાણિક હતી. બસ એટલું કે એ બહુ મૅચ્યોર દેખાતી ન હતી, પણ આવી નિર્દોષ છોકરી સાથે વાત કરવી એ પણ એક મજા છે.

વધારે એને હેરાન ન કરવા મેં સ્ટોપ બટન દાબ્યું અને નીચે ઊતરી ગયો. મને એમ કે એ મને થૅન્ક્યુ કહેશે, પણ એણે તો એવું કાંઈ જ ના કર્યું. એણે એનો નીચલો હોઠ દબાવ્યો અને એની આંખમાં રાહત દેખાઈ. તરત જ એ ટ્રેડમિલ પર ચઢી ગઈ અને ઝડપભેર દોડવા લાગી.

૯

બીજી બપોરે હું એ જ મીની બસ પર હતો સૅન્ડવિચ ખાવા માટે. સંચિત અને ઍન્થની લૉન્ગ કૉલ કૉન્ફરન્સમાં વ્યસ્ત હતા એટલે આજે હું એકલો જ અહીંયા આવ્યો હતો.

દર વખતની જેમ જ લાંબી લાઇન હતી અને મેં એની લંબાઈમાં વધારો કર્યો.

મારી આગળ ઊભેલા સજ્જને મારી સાથે વાતની શરૂઆત કરી અને હું પણ ચર્ચામાં ખાસ્સો વ્યસ્ત થઈ ગયો. બેલ્જિયમના લોકો સાથેની મારી વાતચીતના ટ્રેક રેકર્ડ પ્રમાણે આ વખતે પણ વિષય તો ભારત જ હતો, પણ આ વખતે આ સજ્જનને મારા દેશ માટે જાણવું નહોતું, પણ એ જણાવવું હતું કે એ ભારત વિશે કેટલું જાણે છે ?

ઓ.કે. એટલે આ માણસને ખબર હતી કે અમિતાભ બચ્ચન કોણ છે ? તાજમહેલ ભારતમાં ક્યાં આવેલો છે ? અને દિવાળી અને હોળીના તહેવારો કેવા લાગે છે ? ભારત વિશેની એની જાણકારી અમે જે લાઇનમાં ઊભા હતા એના કરતા પણ વધારે હતી.

'વોઈલા.' મેં કહ્યું. વોઈલા એ બહુ જ વપરાતો ફ્રેન્ચ શબ્દ છે. જેનો અર્થ આપણે ત્યાં કાંઈક એવો થાય છે કે, 'ઓહ.'

મને અત્યાર સુધીમાં થોડા ફ્રેન્ચ અને ડચ શબ્દો આવડ્યા હતા અને મને વાતચીતમાં એ વાપરવાની મજા પણ આવતી હતી. જ્યાં ફિટ બેસે ત્યાં.

હું સજ્જનના ભારતના જ્ઞાન વિશે સાંભળી રહ્યો હતો, પણ અચાનક જ કોઈકે મારું ધ્યાન ખેંચ્યું. આગલા દિવસે જીમમાં મળેલી છોકરીને મેં સૅન્ડવિચ વાનમાંથી બહાર નીકળતી મેં જોઈ. હું પણ એ જ લાઇનમાં છું એ જાણતાં એને થોડી ક્ષણો લાગી. હું ધારતો ન હતો કે એ મારી સાથે વાત કરશે.

પણ દર વખતની જેમ જ હું જે ધારતો હતો એનાથી એણે ઊંધું કર્યું.

એ સીધી મારી તરફ આવી.

ભારત વિષયના સંવાદમાંથી મારો રસ ઊડી ગયો. કદાચ એ સજ્જનને પણ ખ્યાલ આવી ગયો છતાં એમણે જ્ઞાન વહેંચવાનું ચાલુ રાખ્યું. મારે એમને કહેવું હતું, 'તમે ભારતમાં જઈને ત્યાં જ કેમ નથી રહેવા માંડતા ?'

હું છોકરીની સામે જોઈ રહ્યો હતો. હવે સજ્જને ભારત વિશેની એની દસ્તાવેજી ફિલ્મમાં થોડો થાક ખાધો.

'હાય,' બહુ જ સરસ રીતે એણે કહ્યું. એ સુંદર લાગતી હતી. લાઇનમાં ઊભેલી બેલ્જિયમ છોકરીઓથી ઘણી સુંદર.

'હલ્લો.' મેં પણ સ્મિત સાથે કહ્યું અને હાથને બરાબર અદબ વાળીને ઊભો રહ્યો.

'હમં.' અમે હાથ ન મેળવ્યા. એના હાથમાં ઘણી બધી સૅન્ડવિચીઝ હતી.

'અં. કાલ માટે સૉરી' એણે કહ્યું.

આખરે મેં મારી જાતને કહ્યું, પણ મેં મારા હોઠ પર સ્મિત લાવીને કહ્યું, 'ઇટ્સ ઓ.કે.'

'હકીકતમાં તો મારા મગજમાં ઘણી બધી વાતો ચાલતી હતી અને હું ઉતાવળમાં પણ હતી.' એણે પોતાની વાત કહેવાની ચાલુ રાખી.

'રિલેક્સ. આવું થતું હોય છે. ઠીક છે.'

મારી લાઇન ધીમે ધીમે આગળ વધી રહી હતી અને હું પણ. એ પણ મારી સાથે ચાલી રહી હતી.

'પણ તમે આટલી ઉતાવળમાં કેમ હતા?' મેં પૂછ્યું.

'આજે મારી ટર્મ એક્ઝામ હતી અને મારે તૈયારી પણ કરવાની હતી.' એણે જવાબ આપ્યો.

'ઓહ, એટલે તમે અહીંયા ભણો છો?'

'હમં. MBA કરું છું.'

'પરીક્ષા કેવી ગઈ?'

'સારી ગઈ.'

સૅન્ડવિચ લેવાનો મારો વારો ન આવ્યો ત્યાં સુધી અમે વાતો કરી.

'ઓહ બાય ધ વે મારું નામ રવીન છે.'

'હાય, અને હું સિમર.' એક મીઠા સ્મિત સાથે એણે કહ્યું.

મારી સાથે એ ફરી વાનમાં પ્રવેશી. એ મારી સાથે જ હતી જ્યારે મેં સૅન્ડવિચ ખરીદી. મેં શૉપમાંથી એક પોલિથીન બૅગ ખરીદી.

'એક સૅન્ડવિચ માટે તમારે આટલી મોટી પોલિથીન બૅગ જોઈએ છીએ?' એણે પૂછ્યું.

'મારા માટે નહીં.'

'તો?' એનું માથું ફરી એના ડાબા ખભા તરફ નમ્યું. એ મારા જવાબની રાહ જોતી હતી.

ખરેખર ક્યૂટ હતી. એના હાવભાવમાં પણ અને એની અદામાં પણ.

'તમારા માટે. આ બધી સૅન્ડવિચીઝ અંદર મૂકવા માટે.' એની આતુરતાનો અંત લાવતા મેં જવાબ આપ્યો.

મારા સ્ત્રીદાક્ષિણ્યથી એ અભિભૂત થઈ ગઈ. એ હસી પડી.

હવે અમે વેનની બહાર હતાં. અત્યાર સુધી અમે એકબીજા સાથે ખાસ્સી ઓળખાણ કરી લીધી હતી. એ ગુરગાંવથી આવી હતી અને બેલ્જિયમમાં MBA કરતી હતી. એ બીજા વર્ષમાં હતી અને એની કૉલેજ મારી ઑફિસથી ઘણી નજીક હતી. એના ઘણા બધા સંબંધીઓ બેલ્જિયમમાં રહેતાં હતાં.

'મારા કાકા અને એમનું કુટુંબ બ્રસેલ્સમાં રહે છે – હું ઘણીવાર એમને મળવા જઉં છું.'

એની કૉલેજના નિયમ પ્રમાણે એ ગર્લ્સ હૉસ્ટેલમાં રહેતી હતી. હૉસ્ટેલ એની કૉલેજની બાજુમાં હતી. મને એ જાણીને આનંદ થયો કે એ પંજાબી ફૅમિલીમાંથી આવતી હતી. મને ખબર નથી એને આનંદ થયો હશે કે નહીં એ જાણીને કે હું પણ પંજાબી છું.

એ બપોરે મેં મારું લંચ સિમર સાથે ચાલતા ચાલતા ખાધું. એની હૉસ્ટેલ રસ્તામાં જ હતી. પછીના ચાર રસ્તે એ બીજા રસ્તે વળી રહી હતી ત્યાં જ એની કેટલીક બહેનપણીઓ કારમાં આવીને ઊભી રહી. એ લોકોએ એની પાસેથી સૅન્ડવિચીઝ લીધી અને એને પોલીથિન બૅગ પાછી આપી.

મને ખબર પડી કે એ લોકો ઉતાવળમાં હતા અને લંચ પહોંચાડવામાં સિમર પણ મોડી હતી. એણે ઉતાવળ એ લોકો સાથે કાંઈક વાત કરી. એણે એના ખભા પર સફેદ બૅગ મૂકી અને મને કશુંક યાદ આવ્યું.

અમે પહેલીવાર હાથ મેળવ્યા. રસ પડે એવી વાત તો એ હતી કે 'આવજો' અને 'સી યુ સૂન' કહેવા માટે. પછી એ ચાલી ગઈ. હું ત્યાં જ ઊભો રહ્યો. મને કાંઈક યાદ આવતું હતું.

એણે એનું આઇ-પોડ કાઢ્યું અને ઈયર ફોન કાનમાં લગાવ્યાં. એનું સફેદ પર્સ એણે એના જમણા ખભા પર લટકાવ્યું. વાળમાંથી રબરબૅન્ડ કાઢીને એણે વાળ છૂટા કરી નાંખ્યા. હું ત્યાં ઊભો રહીને એને જતી જોઈ રહ્યો. અચાનક જ મને ડી જે વુ લાગ્યું. મને એવું લાગ્યું કે મેં આ પહેલાં ક્યાંક જોયું છે. પણ ક્યાં ?

મને યાદ કરતા થોડી ક્ષણો લાગી.

ધત્ત તેરી કી. એ સિમર જ હતી, જેની મેં એ દિવસે બપોરે પીઠ જોઈ હતી.

૧૦

એ દિવસે મારો જન્મદિવસ હતો અને સદ્‌ભાગ્યે શનિવાર પણ. એ દિવસે સવારે વહેલાં મેં મારાં મમ્મી અને પપ્પા સાથે વાત કરી લીધી. મારા ઘરે મારાં બેલ્જિયમનાં બધાં જ મિત્રો મારી બર્થ-ડે સેલિબ્રેટ કરવા આવવાના છે એ જાણીને એમને બહુ જ ખુશી થઈ.

સાંજે બસમાં ભેગા થતા ભારતીયોએ કોઈપણ પ્રસંગે ભેગા થવાનો જાણે રિવાજ જ બનાવી દીધો હતો અને ઉજવણી કરવા માટે તો નાની વાત પણ મોટી ઘટના બની જતી. આ મેળાવડામાં દરેક દેશીને આ ઉજવણીનું આમંત્રણ પહોંચી જતું. એકબીજા સાથે જોડાવાની એક મોટી તક મળતી અને એ બહાને ઘરનો વિરહ પણ થોડો ઓછો સતાવતો.

આગલા દિવસે અમે બધાં ઑફિસેથી ઘરે જતાં હતાં ત્યારે બસમાં સંચિતે જાહેર કર્યું હતું.

'દોસ્તો, આવતી કાલે રવીનનો જન્મદિવસ છે.'

હજુ તો હું બસસ્ટૅન્ડ પર ઊતરું એ પહેલાં તો મારા ઘરે પાર્ટીનો પ્લાન પણ નક્કી થઈ ગયો.

'વસુધા અને જ્યોતિ, તમારે પણ આવવાનું છે.' બસમાંના અમારા એક મિત્ર રિષભે કહ્યું.

મને ગર્વ થઈ રહ્યો હતો કે અત્યાર સુધીમાં મને બધાંના નામ ખબર પડી ગયા હતા.

'અઈઓ બ્રસેલ્સથી ? ના હોં, શનિ-રવિમાં આવવાની તકલીફ પડે. નો જી. ઘરમાં કેટકેટલા કામ પતાવવાના છે.' વસુધાએ એની ટિપિકલ બોલીમાં જવાબ આપ્યો.

'તારા વરને કહી દે કામ કરવા માટે.' ટોળામાંથી કોઈ બોલ્યું અને અમે બધાં જ હસી પડ્યાં.

'બધાને કહું છું તમારા પાર્ટનર અને બાળકોને લેતાં આવો. મજા કરીશું આપણે.' મારું બસસ્ટૅન્ડ આવતા પહેલા મેં જાહેર કરી દીધું.

લગભગ દસેક જણાં હતાં બાળકો સાથે જે મારી બર્થ-ડે સેલિબ્રેટ કરવા આવ્યાં.

સંચિત અને એની પત્ની સૌથી મહત્ત્વની વ્યક્તિઓ હતાં. અચાનક જ મારું ખાલી ઘર જીવંત થઈ ઊઠ્યું. ધાર્યા મુજબ જ વસુધા ન આવી અને ધાર્યા મુજબ જ એની પાસે ન આવવા માટે કારણ હતું – તબિયત સારી ન હતી.

પાર્ટી શરૂ થઈ. આમેય ભારતીયો એમના ઉત્સાહ માટે જાણીતા છે. ઘરની અંદર મોટે મોટેથી બૂમાબૂમ થઈ ગઈ. મોટે મોટેથી બોલીને મને હેપ્પી બર્થ-ડે વિશ કરવામાં આવી. બોલિવુડ ગીતો વાગતા હતા ત્યારે પેલું નાનકડું બાળક રડતું હતું. બધું સાથે થઈ રહ્યું હતું. બધાને મેં જ્યૂસ અને કોક આપ્યા. રિષભને આમાં રસ ન હતો. એ આગળ વધ્યો અને એણે ફ્રીઝ ખોલ્યું અને આનંદની બૂમ સાથે એણે ફ્રીઝમાંથી બિયરનું કેન કાઢ્યું.

'સ્ટેલાસ!' એણે આનંદથી બૂમ પાડી.

'થોડા વધુ લેતો આવ, બીજા કોઈને બિયર પીવો હોય તો.' મેં પણ સામે બૂમ પાડી.

સંચિતે જેવો 'સ્ટેલાસ' શબ્દ સાંભળ્યો, એણે એના જ્યૂસનો ગ્લાસ ટેબલ મૂકી દીધો અને ફ્રીઝ તરફ ગયો.

'ઓહ બૉય!!! ડઝન કેન ? પણ તું તો પીતો નથી બરાબર ?' ફ્રીઝમાંથી એક કેન પોતાના માટે લેતા એણે પૂછ્યું.

'હું સવારે જ તમારા માટે આ લઈ આવ્યો. એકાદ લેવામાં મને આજે વાંધો પણ નથી.' મેં પણ મસ્તી કરી.

'આઈસક્રીમ' ફ્રીઝમાંનો આઈસક્રીમ જોઈને એક સ્ત્રીએ પણ બૂમ પાડી.

અચાનક જ ઘરનાં મહેમાનો ઘરની એક એક વસ્તુને તપાસવા લાગ્યાં. કોઈ પણ કાંઈ પણ ખોલતું અને કાંઈ પણ ચેક કરતું હતું. મારું ઘર એ લોકોનાં નિયંત્રણમાં હતું અને મારો બાથરૂમ પેલા નાનકડા બાળકના નિયંત્રણમાં હતો. એના ડાયપર પર જાત જાતના રંગો દેખાતા હતા અને એની માની તકલીફમાં વધારો કરતાં હતાં.

હવામાં સંપૂર્ણ ગાંડપણ હતું.

અને અચાનક જ કોઈએ બૂમ પાડી, 'કેક કાપીએ. બર્થ-ડે બૉય અહીંયા આવી જા.'

હું રસોડામાં ચપ્પુ લેવા ગયો અને સંચિતે આવીને મારા કાનમાં કહ્યું, 'તેં એને કેમ ના બોલાવી ?'

ચપ્પુ શોધતા શોધતા મેં કહ્યું, 'મેં કહ્યું હતું, પણ એને શનિવારે રજા નથી હોતી. મોડી સાંજે એના ફાઈનાન્સના ક્લાસ હોય છે.'

થોડાં અઠવાડિયાં પહેલાં મને ખબર પડી હતી કે સંચિત સિમરને ઓળખે છે. હકીકતમાં તો મેં એને સિમર વિશે કહ્યું એ પહેલા કેટલીય વાર સંચિત સિમરને

સૅન્ડવિચવાળાને ત્યાં મળ્યો હતો અને છેલ્લા કેટલાય દિવસોમાં અમે ત્રણેયે અમારું લંચ સૅન્ડવિચ શૉપની બહાર બૅન્ચ પર લીધું હતું.

સંચિત થોડીવાર મારી સામે જોઈ રહ્યો અને ફરી પૂછ્યું, 'તને કાંઈ પૂછું ?'

મને ખ્યાલ આવી ગયો કે સંચિત શું પૂછવા જઈ રહ્યો છે. હું થોડું હસ્યો અને કહ્યું, 'તું તારું ડ્રિન્ક ઍન્જોય કર અને મને પણ એક આપ.'

હું ફરી છરી શોધવા લાગ્યો. સંચિતની આંખો હજી મારા પર ખોડાયેલી હતી.

સંચિતની વાતનો વિષય બદલવા માટે મેં કહ્યું, 'થૅન્ક્સ – જો તું કેક લાવ્યો હોય તો.'

બિયરનો મોટો ઘૂંટડો ભરતા એણે પૂછ્યું, 'તું એને પસંદ કરે છે ?' સંચિત મારી સામે જોઈ રહ્યો હતો.

'ગાંડો થઈ ગયો છે તું ? એવી કોઈ વાત નથી.' ગૅસસ્ટવની નીચેથી મને છરી મળી ગઈ. 'ઓહ, આ રહી, ચાલ કેક કાપીએ.'

'તું મારા પ્રશ્નને અવગણે છે શું કામ ?' સંચિતે આગ્રહ રાખ્યો.

લિવિંગરૂમમાંથી હવે વધારે જોરથી અવાજો આવતા હતા. રિષભે કોઈ જોક કરી હતી અને બધાં મોટેમોટેથી એના પર હસી રહ્યા હતા.

'કમઑન સંચિત, અમે માત્ર દોસ્ત છીએ.' રસોડામાંથી બહાર જતાં જતાં હું બોલ્યો. સંચિત મારી પાછળ હતો.

'એ તને ગમે છે કે નહીં ?' સંચિતે ફરીથી પૂછ્યું.

હું એની તરફ ફર્યો. મેં ઊંડો શ્વાસ લીધો, 'તને ખબર છે ને મારો ભૂતકાળ, બહુ સારી રીતે તું જાણે છે સંચિત' – હું આવું કહેવાનો હતો, પણ સંચિતે મને અધવચ્ચેથી જ રોકી દીધો.

'હા, તું તારા ભૂતકાળમાંથી બહાર આવવા માંગતો હતો અને એટલે જ તેં ભારત છોડ્યું છે અને તું અહીં આવ્યો છે.' આ વખતે સંચિતનો અવાજ વધારે મોટો હતો.

મારી પાસે કહેવા જેવું કાંઈ ન હતું અને હું ત્યાં સ્થિર ઊભો રહ્યો. બેધ્યાનપણે જ હું મારા હાથમાંની છરી તરફ જોઈ રહ્યો.

'રવીન, એ વાતને ખાસ્સો સમય થઈ ગયો. ભવિષ્ય વિષે વિચાર કર. ત્યાં ભારતમાં રહેલા તારા કુટુંબ વિષે વિચાર કર. નવું જીવન જીવવાની શરૂઆત કર.' સંચિત વાત કરતાં કરતાં હવામાં બે હાથ ફેલાવીને મને મનાવવાની કોશિશ કરતો હતો.

સંચિતને મારા વિષે બધી જ ખબર હતી. મારા ભાઈ જેવો હતો. શરૂઆતના નોકરીના દિવસોમાં એણે મને તૈયાર કર્યો હતો અને હવે બેલ્જિયમમાં ગોઠવવામાં મને મદદ કરતો હતો. ખાસ તો ઑનસાઈટ ઑફિસની શરૂઆત કરવા માટે.

મને ખબર હતી કે સંચિત સંપૂર્ણ સાચો હતો. મારી નજીક રહેતા તમામ મને આ જ કહેતા હતા. મારાં મમ્મી-પપ્પા અને કુટુંબનાં બીજાં સભ્યો અને મારા મિત્રો પણ એ લોકો ખોટાં નહોતાં અને મને એ પણ ખબર હતી કે હું પણ ખોટો નથી. મને ખબર હતી કે મારે બદલાવ જોઈતો હતો એટલે જ તો ભારત મેં છોડ્યું હતું, પણ ભારત મેં કોઈ બીજી છોકરીના પ્રેમમાં પડવા માટે નહોતું છોડ્યું. મારે મારા કાયમના રુટિનમાં ફેર જોઈતો હતો. મારી આસપાસના વાતાવરણમાં – સંસ્કૃતિમાં અને આજુબાજુના લોકોમાં. બરોબર છે, સિમર સારી છોકરી છે પણ વાતો કરવા માટે. હું એને મળવાની કદાચ રાહ જોઈ શકું પણ ક્યારેય હું એના પ્રેમમાં ન પડી શકું. મારા મતે પ્રેમ ફક્ત એક જ વાર થાય છે અને એ પણ હંમેશ માટે. હું કઈ રીતે કોઈ બીજા માટેનો પ્રેમ મારા હૃદયમાં ભરી શકું ? એવું ન હતું કે એના માટે વિચાર્યું ન હતું, પણ જ્યારે જ્યારે એના માટે વિચારતો હું મારી જાતને પ્રામાણિક જવાબ ન આપી શકતો અને જ્યારે મારી પાસે જવાબ ન રહેતો ત્યારે હું મારી જાતને નસીબને હવાલે કરી દેતો.

'હું એવું નથી કહેતો કે તારે બહાર જવું જોઈએ અને જીવનનો આનંદ શોધવો જોઈએ. હું ફક્ત એટલું કહું છું કે જો આનંદ અને ખુશી તમારા દરવાજા ખખડાવે તો ના નહીં પાડતો.' મારા ખભા પર હળવેથી સંચિતે હાથ મૂકતાં કહ્યું. એ જે બોલતો હતો એની તરફ મારું ધ્યાન જ નહોતું જતું. હું ફક્ત ત્યાં ચૂપચાપ ઊભો હતો, જેથી કરીને એ પોતાની વાત પૂરી કરી શકે. એના શબ્દો હું સાંભળતો હતો, પણ સમજતો ન હતો. હું એને બોલવા દેતો હતો, જ્યાં સુધી એને બોલી રહેવું હોય ત્યાં સુધી. આલ્કોહૉલ ઘણીવાર માણસોને સીધી દિલથી વાત કરાવે છે. સંચિત પણ એ જ રીતે એના દિલની વાત કરતો હતો.

હજી મારે મારા ભાગનો આલ્કોહૉલ લેવાનો બાકી હતો. મારે હજી દિલથી વાત કરવાની બાકી હતી.

'શું રંધાઈ રહ્યું છે તમારી વચ્ચે ?' સંચિતની પત્ની અમને શોધતી આવી.

'ડાર્લિંગ, અમે વિચારી રહ્યાં છીએ કે શું રાંધવું.' સંચિતે તરત જ સ્મિત સાથે જવાબ આપ્યો.

'એની ચિંતા નહીં કરો. જે પણ કાંઈ હશે આપણે અહીં ભેગા થઈને રાંધી નાંખીશું અને જો કાંઈ નહીં હોય તો આપણે બહારથી ઑર્ડર કરી દઈશું. પણ જલદી ચલો કેક કાપીએ.' એણે મારો હાથ પકડ્યો અને બહાર લઈ ગઈ.

તરત બધાં એ કોરસમાં ગાવાનું શરૂ કર્યું, 'હેપ્પી બર્થ-ડે ટુ યુ, હેપ્પી બર્થ-ડે ટુ યુ.'

બધાંએ જોર જોરથી તાળીઓ પાડી. કેક કપાઈ પણ ગઈ – વિખેરાઈ પણ ગઈ અને આજુબાજુ ફેંકાઈ પણ ગઈ.

થોડીવાર પછી અમે બધાંએ ભેગા થઈને રાંધ્યું અને મારું રસોડું બગાડ્યું. પછી ભેગા થઈને જમ્યાં. હવામાં ઉષ્મા અને આનંદ હતો. લગભગ રાતના ૮.૩૦ વાગ્યા હશે. મેં બધાંને આવજો કહ્યું અને અસ્તવ્યસ્ત ઘરમાં હું એકલો પડ્યો. પાર્ટી પૂરી થવા માટે વહેલો સમય હતો, પણ ઘણાં બધાં મહેમાનો બ્રસેલ્સના હતા અને પાછા જતાં લગભગ કલાક થાય એમ હતું.

મારા ગંદા અને ગોબરા ઘરમાં મેં એક નજર ફેરવી. કીચન સિન્કમાં પડેલાં વાસણો જોયાં. આ બધાંની સાફસફાઈ કરવાનું એક મોટું અને અઘરું કામ હતું એટલે આરામથી હું ઘરના કપડાંમાં આવી ગયો અને વાસણ સાફ કરવાનું શરૂ કર્યું.

મારા લિવિંગરૂમને ગોઠવતાં મને લગભગ ૨૦ મિનિટ લાગી. રસોડામાં હું વાસણ સાફ કરતો હતો કે ડોર બૅલ વાગી. મને લાગ્યું કોઈ એની વસ્તુ ભૂલી ગયું હશે એ પાછી લેવા આવ્યું હશે. હું બહાર ગયો અને બારણાંના આઈ હૉલમાંથી બહાર જોયું.

'ધત્ત તેરી કી.' હું બબડ્યો. એ સિમર હતી. બીજી એક છોકરી સાથે.

અચાનક જ મારી દિલની ધડકન વધી ગઈ. બારણું ખોલવાને બદલે હું અંદર ભાગ્યો. મેં રસોડાની અને મારી પરિસ્થિતિ જોઈ. મેં તરત મારું ટી-શર્ટ અને જિન્સ શોધ્યા અને પહેરી લીધા. રસોડાની ગંદકી છુપાવવા માટે રસોડાનો દરવાજો બંધ કરી દીધો અને પછી જઈને મેઈન ડોર ખોલ્યું.

'હલ્લો.' મેં કહ્યું. 'હેપ્પી બર્થ-ડે સિમરે ગાયું. દર વખતની જેમ એનું ડોકું એકબાજુ નમી ગયું.

'હેપ્પી બર્થ-ડે' બીજી છોકરીએ પણ કહ્યું અને મારી સાથે હાથ મેળવ્યો.

'થૅન્ક્યુ.' મેં જવાબ આપ્યો.

'આ તનુ છે. મારી જ બેચમાં જ છે અને તનુ આ રવીન છે.' સિમરે ઓળખાણ કરાવી. એ પિટની બાઉઝમાં કામ કરે છે તને ખબર છે ને પેલું બ્લ્યુ અને વ્હાઈટ રંગનું બિલ્ડિંગ છે ? આપણી હૉસ્ટેલથી બહાર નીકળીએ ત્યાં જમણી બાજુના પહેલા વળાંક પર આવે છે ?'

'હા, હા.' તનુને ખ્યાલ આવ્યો. પણ મને ચોક્કસ એ ખબર પડતી હતી કે સિમર પાસેથી તનુ પહેલીવાર આ નહોતી સાંભળી રહી.

મેં એમને ઘરમાં આવકાર્યાં. એ લોકો હજુ બેઠા જ હશે કે તનુનો ફોન વાગ્યો. એ વાત કરવા માટે બહાર ગઈ. મેં મારી બાલ્કનીમાં જવા કહ્યું, પણ એણે હાથનો ઈશારો કરીને બહાર જવા કહ્યું. મેં એને રોકી નહીં.

જતાં જતાં એણે સિમરને કહ્યું, 'હું ૨૦ મિનિટમાં પાછી આવું છું.'

સિમરે એને દુઃખી થઈને હા પાડી. એ લોકોએ એકબીજા સામે વિચિત્ર રીતે જોયું

અને ટિપિકલ છોકરીઓ કરે એ રીતે ઇશારામાં કાંઈક વાત કરી. મને ખ્યાલ ન આવ્યો કે લોકો એકબીજાને શું કહેતા હતા. આ મૂંગા સંવાદનો ભાગ બનવામાં મને જરા અસ્વસ્થતા અનુભવાતી હતી. મેં એ દરમ્યાન રસોડામાં જવાની તક ઝડપી લીધી અને લેમોનેડ લઈને બહાર આવ્યો. હું બહાર આવ્યો ત્યારે તનુ જઈ ચૂકી હતી.

'શું ચાલી રહ્યું છે ?' મેં સિમરને લેમોનેડ આપતાં આપતાં પૂછ્યું, પણ હું મારા ઘરના દરવાજા તરફ જોઈ રહ્યો.

'એનો બૉયફ્રેન્ડ.' અમારામાંથી એકેયને વધુ કાંઈ પૂછવાની કે જવાબ આપવાની જરૂર લાગી નહીં.

'સૉરી, બધું અસ્તવ્યસ્ત પડ્યું છે – મારા મિત્રો અહીં આવ્યાં હતાં.' મેં કહ્યું.

'ઇટ્સ ઓ.કે., ચિલ.' કહેતા કહેતા એણે એની આંખ મીચકારી.

જે રીતે એણે મારી સામે આંખ મીચકારી, મને વિચાર આવ્યો કે આ લેમોનેડની અસર તો નહીં હોય ?

અમે બંને એકબીજાની નજીક બેઠા હતા ત્યારે મને લાગ્યું કે સિમર થોડી અસ્વસ્થ જણાઈ રહી છે. કદાચ એટલે હતી કે મારા ઘરનું બારણું બંધ હતું અને ઘરમાં અમે બંને એકલાં જ હતાં. એના ચહેરા પર, એના હાવભાવમાં, વધારે પડતા પહોળા એના સ્મિતમાં અને એના હલનચલનમાં આ અસ્વસ્થતા દેખાતી હતી.

એ વધારે અસ્વસ્થ થાય એ પહેલાં મેં વાતાવરણને બદલવાનો પ્રયત્ન કર્યો. હું સોફા પરથી ઊભો થયો અને બર્થ-ડે સેલિબ્રેશન વિશે એને કહેવા લાગ્યો. સાથે સાથે પાર્ટી દરમ્યાન ઘર ગંદું થયું હતું એને પણ હું સાફ કરતો રહ્યો.

'અં. આટલી મોડી કેમ આવી ?' આખરે મેં એને એ પ્રશ્ન પૂછ્યો જે હું એને ક્યારનો પૂછવા માંગતો હતો.

સિમર થોડી હળવી થઈ, 'અરે, મારે ફાઇનાન્સ ક્લાસ હતા ને ? આમ તો મારાથી અવાય જ નહીં, પણ ક્લાસ અડધો કલાક વહેલો પૂરો થઈ ગયો અને જ્યારે મેં તનુને કહ્યું કે તારી બર્થ-ડે છે, એને કેક ખાવાનું બહુ મન થઈ ગયું એટલે...' એણે વાક્ય અધૂરું છોડ્યું અને પોતાના ખભા ઉછાળ્યા.

'ઓહ, એટલે તનુને કારણે તું અહીંયા છે ? મને એમ કે તું મને વિશ કરવા માટે આવી છે.' ગંદી ડિશો રસોડામાં લઈ જતાં જતાં મેં કહ્યું. એને ખીજવવાની એક પણ તક મેં છોડી નહીં.

'ના ના, એવું નથી.'

'તો કેવું છે ?' મેં હસીને પૂછ્યું.

'અહીંયા એકલા આવવાનું મુશ્કેલ છે ને એટલે તનુને મેં સાથે આવવાનું કહ્યું.'

મેં એને વધારે ન ચીડવી, કારણ કે હું એને હળવી કરવા પ્રયત્ન કરી રહ્યો હતો.

સાથે સાથે હું સાફસફાઈ પણ કરી રહ્યો હતો. હવે એ ખાસી રિલેક્સ હતી. એ સોફા પરથી ઊભી થઈ અને મ્યુઝિક સી.ડી. અને બુક્સને જોવા લાગી.

થોડીવારમાં તો અમે વાતો કરવા લાગ્યા. અમારા અવાજ ઘડીમાં મોટા અને ઘડીમાં ધીમા થતા રહ્યા. ધીમે ધીમે એ ખાસી મૂડમાં આવી ગઈ અને હસવા લાગી. જુદા જુદા વિષયો પર વાત કરતાં કરતાં એ ખાસી કમ્ફર્ટેબલ થઈ ગઈ હતી. એણે મને વાસણો સાફ કરવામાં પણ મદદ કરી. હવે જો કે મને પણ આ ગંદા રસોડાને દેખાડમાં શરમ નહોતી આવતી. એની હાજરી મને ગમતી હતી. ખબર નહીં કેમ પણ મને કાંઈ જુદું લાગી રહ્યું હતું. સારું લાગી રહ્યું હતું. કદાચ એટલે કે ઘણા લાંબા સમય પછી હું મારા ઘરમાં આટલી મોડી રાતે કોઈ છોકરી સાથે હતો. કદાચ એટલે કે આજુબાજુની હવામાં ઉત્સાહ અને ઉત્તેજના હતી. જાણે કોઈ અજાણ્યા તરંગો હવામાં હતા. અમે વાતો કરી, કૉફી બનાવી અને પછી બચેલી કેક સાથે અમે બાલ્કનીમાં ગયાં.

સિમરની સાથે અર્ધપ્રકાશિત બાલ્કનીમાં બહારની તારામઢી રાત જોવાનો આનંદ કંઈક જુદો જ હતો. એનો ખૂબસૂરત ચહેરો એટલો સાફ નહોતો દેખાતો, પણ હકીકતમાં તો એ ઓછો પ્રકાશ જ વાતાવરણને વધુ રોમાંચક બનાવતો હતો. મને ખબર નથી કે અંધકારની સાથે આને શું લેવાદેવા હતી ? પણ આ લાગણીને એ વધુ ગહેરી બનાવતો હતો એ તો નક્કી. કદાચ એ રીતે કે બે માણસો વાત કરતાં હોય તો એનું અંતર એ ઘટાડી નાંખે છે. જ્યારે તમે કોઈની આંખમાં જોઈને વાત નથી કરી શકતા અને વિચારો વાંચી શકો છો ત્યારે તમારે એ નક્કી કરવાની જરૂર નથી હોતી કે એ શું કહી રહી છે. એ જે કહે છે તમે સાચું માનો છો અને એવું કરવું તમને વધારે ગમે છે, જો એ છોકરી રૂપાળી હોય. જો એ ખૂબસૂરત હોય.

હવામાં જુદી જ ખુશ્બૂ હતી. એક ક્ષણે મને કૉફીની ખુશ્બૂ આવતી હતી અને બીજી ક્ષણે સિમરની.

અમે ત્યાં લાંબા સમય સુધી બેઠાં.

આખો કલાક વીતી ગયો જ્યારે ફરી ડોરબેલ વાગી.

'તનુ જ હશે – હું ૨૦ મિનિટમાં આવું છું.' સિમરે તનુના ચાળા પાડતા કહ્યું. સિમર ઊઠવા જ જતી હતી, પણ હું બિનબૅગમાંથી કૂદકો મારીને ઊભો થઈ ગયો – બારણું ખોલવા માટે. જોકે લોક નહોતું – સિમરની સગવડ માટે. મેં તનુને આવકારી. 'સૉરી, મારે મોડું થઈ ગયું.' એણે માફી માંગી અને એની મિત્ર તરફ આગળ ચાલી.

'બાલ્કનીમાં છે.'

મેં કહ્યું અને ઉમેર્યું, 'સંભાળીને ચાલજે.'

'તમે લોકો શું કરો છો ?'' લગભગ અંધારી બાલ્કનીમાં સિમરને જોઈને તનુએ સ્વાભાવિકતાથી પૂછ્યું.

'ખાસ કાંઈ નહીં.' સિમરે કહ્યું. ખબર નહીં કેમ પણ સિમર પાસે એની બહેનપણીના સવાલનો કોઈ જ જવાબ ન હતો.

'ટ્રૂથ ઓર ડેર, અમે ટ્રૂથ ઓર ડેર રમતા હતા.' મારા મોઢામાંથી નીકળી ગયું. મને પણ ખબર નથી કે મેં એવું શું કામ કહ્યું, પણ બસ મેં કહ્યું.

'ઓહ, કોણ જીત્યું ?' એણે આતુરતાથી પૂછ્યું.

જ્યારે મેં સાવ ખોટી વાત ઉપજાવી કાઢી, સિમર ખડખડાટ હસી પડી.

'હજુ તો કોઈ નહીં, પણ હું જીતી જાઉં એવી શક્યતાઓ છે.' મેં જવાબ આપ્યો. અને પછી મેં વિષય બદલવાનો પ્રયત્ન કર્યો, 'બેસને' અને તનુ તરફ ખુરશી ખસેડી.

'અરે ના ના, આમેય મોડું બહુ જ થઈ ગયું છે. અમારે ભાગવું પડશે.' તનુએ કહ્યું.

'મને રસોઈ કરતાં અડધો કલાક જ લાગશે. આપણે સાથે જમી શકીએ.' મને ખરેખર એ લોકો જાય એવું જોઈતું ન હતું.

તનુએ પોતાના હાથ પાછળ રાખીને આશ્ચર્ય ભરી નજરે મને પૂછ્યું, 'તું રસોઈ કરે છે ?'

'હા.'

સિમર ઊઠી અને તનુ સાથે જોડાઈ ગઈ, 'તને ખબર છે રસોઈ કઈ રીતે થાય ?'

એમનો આઘાત જોઈને મને આનંદ આવતો હતો અને મેં ફરી એ જ જવાબ આપ્યો, 'હા,' પછી મારી કૉફીનો છેલ્લો ઘૂંટડો પીધો.

'કેમ ? શું થયું ?' હું ઊભો થયો અને મારો કપ ટ્રેમાં મૂકતાં મેં પૂછ્યું.

'લાવ હું મદદ કરું.' મારા હાથમાંથી સિમરે અડધો અડધ વસ્તુઓ લઈ લીધી અને કીચનમાં મારી પાછળ આવી.

'કારણ કે અમને છોકરીઓ થઈને પણ રસોઈ કરતાં નથી આવડતી અને કોઈ એક છોકરાને રસોઈ કરતા કેવી રીતે આવડે ?' તનુએ બારીમાંથી બૂમ પાડી.

'એવું કંઈ નથી કે છોકરાઓ રાંધી ના શકે અને એવું બધું. તમારી જરૂરિયાત અને રસ પર આધાર રાખે છે. હું એકલો રહું છું અને મને ભારતીય ખાવાનું પસંદ છે અને હું રસોઈ કરું છું.' મેં જવાબ આપ્યો અને પછી મેં એમને પૂછ્યું, 'તમે તમારું જમવાનું કેવી રીતે કરો છો ?'

અત્યાર સુધીમાં તનુ પણ રસોડાનાં બારણાં સુધી આવી ગઈ હતી.

સિમરે જવાબ આપ્યો, 'અમે હૉસ્ટેલની મેસમાં ખાઈએ છીએ.'

'અથવા તો અમારી પાસે વધારાની મેગી હોય છે. એ જ, મેક્લેન રેલ્વે સ્ટેશનની બાજુમાં પાકિસ્તાની શૉપ નથી, ત્યાંથી લઈ આવીએ છીએ.' તનુએ ઉમેર્યું.

'અરે હા, હું પણ કઠોળ અને શાકભાજી ત્યાંથી જ લાવું છું.' મેં કહ્યું.

'સિમર ઘડિયાળ જો.' તનુએ વિનંતી કરી.

'ધત્ત તેરી કી.'

'રવીન, અમારે જવું પડશે. બહુ જ મોડું થયું છે અને હા બીજી વાર આવીએ ત્યારે ચોક્કસ ભારતીય ખાવાનું ખાઈશું.' તનુએ મજાક કરી. સિમરે ચિઢાયેલી નજર તનુ તરફ ફેંકી.

'ચોક્કસ ગમે ત્યારે.' મેં જવાબ આપ્યો.એ લોકો માટે રસોઈ કરવામાં મને જરાય વાંધો ન હતો. દરવાજામાંથી તનુ વહેલી નીકળી ગઈ અને સિમર ત્યાં છેલ્લી ઘડીની રાહ જોવા ઊભી રહી.

'થૅન્ક્સ ફૉર કમિંગ સિમર, મને ખરેખર તારી સાથે બહુ જ મજા આવી.' એ બોલે એ પહેલાં મેં કહી દીધું.

'યુ આર વેલકમ અને મને પણ કહેવા દે બહુ જ મજાની સાંજ રહી. જોકે મોડી આવવા માટે હું માફી માંગું છું. ચલો, ધ્યાન રાખજે અને હું જાઉં છું. હેપ્પી બર્થ-ડે ફરી એકવાર.'

મેં મારો હાથ હલાવ્યો અને એ ચાલી ગઈ. મેં દરવાજો બંધ કર્યો અને હું પાછો આવ્યો. મને એક ડ્રિન્ક લઈને બર્થ-ડેના છેલ્લા કેટલાક કલાકોને આનંદ માણવાની ઈચ્છા થઈ આવી. મેં સ્ટેલાસનાં બે કેન પીધા. બેડરૂમમાં મ્યુઝિક સાંભળતા સાંભળતા મેં બીજો બિયર પૂરો કર્યો. ખબર નહીં કેમ, પણ મને પીવાની મજા આવતી હતી. કલાકો પછી મારો સેલફોન રણક્યો. હું ભર ઊંઘમાં હતો, પણ બીપ અને વાઈબ્રેશનના મોટા અવાજને કારણે હું જાગી ગયો. અડધી ઊંઘમાં મેં મૅસેજ વાંચ્યો – સિમર હતી. હું પીધેલો હતો, પણ મેં મૅસેજ વાંચવા પ્રયત્ન કર્યો. સ્ક્રીન પર ત્રણ શબ્દો હતા – 'ટ્રૂથ ઓર ડેર ?'

વહેલી સવાર છે – હું રાતે બરાબર સૂઈ નથી શક્યો છતાં હું મારી પથારીમાંથી રોજના સમયે ઊઠી ગયો છું. હું મારા માટે ચા બનાવું છું. બાલ્કનીમાં ઊભા ઊભા કપમાંથી ચા પીતા પીતા ઠંડી હવાની વચ્ચે હું મારા વિચારોમાં ખોવાઈ જઉં છું.

હું મારા ભૂતકાળ અને વર્તમાન વચ્ચે ઝોલાં ખાઈ રહ્યો છું. અત્યારના જીવનમાંથી હું એકેક ઘટનાઓને ગૂંથી રહ્યો છું. જે ભૂતકાળમાં એકવાર હું પસાર કરી ચૂક્યો છું. હું આમાંથી કાંઈક અર્થ શોધવાનો પ્રયત્ન કરું છું. મને એ પણ ખબર નથી કે આનો કોઈ અર્થ છે કે નહીં. અત્યાર સુધીની તમામ ઘટનાઓ – મારું બેલ્જિયમ આવવું, સિમરનું મારી ઑફિસની નજીક જ ભણવું, અમારું અવારનવાર મળવું. આ બધું એક જોગસંજોગ છે ? આ બધું કોણ નક્કી કરે છે ? ભગવાન ? ?

હું કેમ એના વિષે વિચારું છું ? એ કોણ છે ? બેલ્જિયમમાં ભણતી એક ભારતીય છોકરી. એવી તો કંઈ કેટલીય છોકરીઓ અહીંયા છે, પણ છતાં હું એની તરફ કેમ આકર્ષાઉં છું ?

એક મિનિટ, હું આકર્ષાઉં છું. ના, એવું કાંઈ જ નથી અને એવા પ્રકારનું પણ કાંઈ જ નથી. એવું કઈ રીતે થઈ શકે ? જીવનનો આ તબક્કો હું જીવી ચૂક્યો છું. ફરી ન થઈ શકે.

પણ કાંઈક છે જે મને મૂંઝવી રહ્યું છે. એ શું છે ? હું સંચિત સામે જૂઠ્ઠું બોલી શકું પણ મારી જાત પાસે ?

અચાનક જ મારા બેડરૂમમાં પડેલી મારી ઘડિયાળમાં એલાર્મ વાગે છે – મારા વિચારો તૂટે છે – મને ખ્યાલ આવે છે કે મેં ચા કયારની પી લીધી છે. હું રૂમમાં પાછો જાઉં છું અને તૈયાર થાઉં છું.

૧૧

એ રાત મારા માટે વધુ એક સરપ્રાઇઝ લઈને આવી. મધરાત થઈ ચૂકી હતી અને હું વિચારતો હતો કે એના એસ.એમ.એસ નો જવાબ આપવો કે નહીં. મધરાતે એક બીજા વિશે જાણવા માટે આ તોફાની રમત ખરેખર ઉત્તેજના આપી રહી હતી. હું લગભગ ગાંડા થવાની અણી પર હતો. એને કેવું લાગતું હશે એ મને ખબર ન હતી પણ મૂંઝવણ એ હતી કે હું થોડો નશામાં હતો અને આ વાતનું મને સંપૂર્ણ ભાન હતું. સાથેસાથે મારા મનમાં બે પ્રકારના ભય પણ હતા. એક તો એ કે હું આ લાગણીનાં વહેણમાં તણાઈ જઈશ અને હું પહેલાં હતો એવો થઈ જઈશ અને બીજો એ કે નવી જિંદગી શરૂ કરવા માટે હું ના પાડી દઈશ.

બંને ભય એકબીજાથી વિરુદ્ધ હતા. હવે જ્યારે મેં મારા ભાગનો બિયર પી લીધો હતો ત્યારે મને સંચિતે કહેલી વાતો સાફ સમજાઈ રહી હતી. મેં ભારત એટલા માટે છોડ્યું હતું કે મારે મારી જિંદગીમાં બદલાવ જોઈતો હતો અને બેલ્જિયમ હું એ બદલાવ માટે આવ્યો હતો. હું ખુશ હતો, પણ સાથે મૂંઝવણમાં પણ. હું બે સાદા સવાલોની વચ્ચે વહેતો રહ્યો. મારે જવાબ આપવો જોઈએ કે ન આપવો જોઈએ ?

મેં મારો નીચલો હોઠ કરડ્યો. જાણે હું ચૅસ રમી રહ્યો હોઉં એમ મેં હવેની ચાલ વિચારી અને મારો સમય લીધો. મારી જાતને આશ્વાસન આપવા મેં એવી દલીલ મારી જાત સાથે જ કરી કે જ્યારે કોઈ મારા એસ.એમ.એસ.ની રાહ જોતું હોય ત્યારે હું સૂઈ કઈ રીતે શકું ? એ મારા જવાબની રાહ જોતી હશે એ વિચારથી જ હું ઉત્તેજિત થઈ ગયો અને જેમ સમય પસાર થતો રહ્યો, હું વધુ ને વધુ ઉત્તેજિત થતો રહ્યો. મેં મારો ફોન ઉપાડ્યો અને હું અડધો ઊંઘમાં છું અને સવારે વાત કરીશું એમ લખી નાંખ્યું. એ ક્ષણે એ જ વસ્તુ મને સર્વશ્રેષ્ઠ લાગતી હતી અને ખાસ તો ત્યારે કે જ્યારે હું નક્કી નહોતો કરી શકતો કે મારે મારી જિંદગીને કઈ દિશામાં વાળવી છે.

પણ હું સિમરને મૅસેજ કરવાનું વિચારું એ પહેલા તો એનો બીજો મૅસેજ આવી ગયો. એમાં લખ્યું હતું :

'જો તને રમતાં બીક લાગતી હોય તો બરાબર છે, પણ તો પછી તારે તનુને એવું કહેવાની જરૂર ન હતી કે તું જીતવાની તૈયારીમાં હતો.' (સ્માઇલી)

મૅસેજનાં અંતે સ્માઈલી જોઈને મારા ચહેરા પર સ્મિત આવી ગયું. મેં મારી સામે રહેલી ભીંત પર જોયું. હું વિચારતો હતો કે કઈ રીતે જવાબ આપવો. એ એસ.એમ.એસ. લલચાવનારો હતો – જો એની પાછળ બદમાશ મગજ કામ ના કરતું હોય તો.

'એ મને જવાબ આપવા પ્રેરી રહી છે ?' – મેં મારી જાતને પૂછ્યું. હવે હું સૂઈ નહીં શકું. મારો વિરોધી ફક્ત ખૂબસૂરત નથી, પણ એની પાસે વાતચીત કરવાની કુશળ કલા પણ છે. મેં લખ્યું, 'કોનો વારો પહેલો ?'

હજી તો મારો મૅસેજ એને પહોંચે એ પહેલાં સિમર તરફથી ત્રીજો મૅસેજ આવ્યો, 'રવીન, આઇ એમ સૉરી – એ હું નહોતી, પણ તનુએ મારો મોબાઇલ લઈ લીધો અને મૅસેજ મોકલ્યો, 'સૉરી.' આ મૅસેજ હું વાંચું એ પહેલા તો મારો મૅસેજ એને ડિલિવર થઈ ગયો છે. બે સેકન્ડ પહેલા જો મને એનો મૅસેજ મળ્યો હોત તો મેં મારો મૅસેજ એને ન મોકલ્યો હોત. ત્યાં સુધીમાં સિમરનો ચોથો મૅસેજ આવ્યો, 'હું તનુને બહુ જ ખિજાઈ, સૉરી, તું સૂતો હોઈશ અને તને તકલીફ પડી.'

આના જવાબમાં મેં લખ્યું, 'ઇટ્સ ઓ.કે., ગુડનાઇટ.'

થોડી મિનિટ પછી તનુનો ફરી મૅસેજ આવ્યો, 'તું ગુસ્સામાં લાગે છે. મને ખબર નથી કે તું ઠીક છે કે નહીં. બસ મને માફ કરી દેજે.'

એનો ઉચાટ જોઈને મને હસવું આવી ગયું. જોકે મને હજી પણ એવો સવાલ થતો હતો કે તનુએ એવું શું કામ કર્યું. મેં એને લખ્યું, 'હું તને એક જ શરત પર માફ કરું.'

એણે તરત પૂછી લીધું, 'કઈ શરત ?'

'પહેલા કોનો વારો એ મારી શરત છે.' અત્યાર સુધીમાં અમારા મોબાઇલમાં કંઈ કેટલાંય મૅસેજની લાઇન લાગી ગઈ.

'શું તારે ખરેખર રમવું છે ?' હિન્દી શબ્દ સાથે વાક્ય પૂરું કરવાની એની આદત મને બહુ જ ગમતી હતી.

'હા જી.' મેં સામે હિન્દીમાં લખ્યું.

એનો સામે તરત જ જવાબ આવ્યો, 'પણ હું સૂઈ જવાની તૈયારી કરતી હતી.'

આના જવાબમાં મેં લખ્યું, 'ઓહ, તો તારે રમવાની જરૂર નથી. બસ, સ્વીકારી લે કે તું હારી ગઈ. તો હું તને માફ કરી દઈશ અને પછી આપણે સૂઈ જઈ શકીશું.'

'હું ક્યારેય આવી રમત રમી નથી.'

'સેઇમ પિન્ચ' મને પણ ડર લાગે છે. હું કોઈ દિવસ રમ્યો નથી. કોઈ છોકરી સાથે પણ નહીં. તારી પાસે તો હજુ તનુ પણ છે હેલ્પ કરવા માટે અને હું તો અહીંયા એકલો છું. આપણે ફક્ત અડધી રમત રમી શકીએ – સત્યવાળી, હિંમતવાળો ભાગ ફોન પર આપણે ન રમી શકીએ.

પછીનો મૅસેજ મોકલવામાં એણે થોડો સમય લીધો. મૅસેજની વચ્ચેનો સમય હું માણતો હતો.

થોડીવાર પછી એણે પાછું લખ્યું, 'આ બરાબર રહેશે પણ પહેલાં મારો વારો.'

'પૂછ.'

'હમં. તનુના પહેલા પ્રશ્નથી તને ખરેખર ગુસ્સો આવ્યો હતો?' સિમરનો પહેલો સવાલ.

'નહીં. જો એ જાગતી હોય તો એને મારા થૅન્ક્સ કહેજે.'

'હા, હા, હા. તારો વારો.'

'મારી સાથે અંધારી બાલ્કનીમાં બેસતાં તને ડર નહોતો લાગ્યો?' મેં પૂછ્યું.

'કેમ? તું કરડે છે? પણ સાચું કહું તો હા. પણ પછી મને ડર નહોતો લાગતો.'

'સારું થયું તેં કહ્યું. તારો વારો.'

'આજના તારા જન્મદિવસની શ્રેષ્ઠ ક્ષણ કઈ હતી?'

'અં. શ્રેષ્ઠ ક્ષણ. જ્યારે તું આવી.'

'સાચે?' એણે પૂછ્યું.

મેં જવાબ આપ્યો, 'એક જ વારમાં તું બે સવાલ ન પૂછી શકે. હવે મારો વારો.' જવાબમાં એનું સ્માઈલી આવ્યું.

જેમ જેમ વાત આગળ વધતી ગઈ ટ્રુથ અને ડેર રમત પણ આગળ વધતી ગઈ. આવા પ્રાથમિક સવાલોને કારણે હવે આ રમત રોમાંચક તબક્કા પર આવીને ઊભી હતી.

'અહીં બેલ્જિયમમાં કે ત્યાં ભારતમાં તારે કોઈ ગર્લફ્રેન્ડ છે?'

'ના.'

'સ્વીકારવું જરાક અઘરું છે, પણ હું માની લઉં છું કે આ ગેમ રમીએ છીએ એટલે તું સાચું જ બોલ્યો હોઈશ. તારો વારો.'

'હું સંપૂર્ણ પ્રમાણિકતાથી રમું છું. તારે બૉયફ્રેન્ડ છે?'

'મારે એક હતો. બહુ પહેલા. અમારા સંબંધ તૂટી ગયા એટલે જવાબ છે - ના.'

સરળ પ્રશ્નોથી વાત શરૂ થઈ અને પછી ધીમે ધીમે અઘરી થવા લાગી, પણ જેમ જેમ અઘરી થતી ગઈ એમ એમ જ વધુ રોમાંચક થતી ગઈ.

'એક મહિનામાં તું કેટલા યુરો કમાય છે?'

'ઓહ, એટલે હવે તું આંકડાવાળા સવાલો પૂછે છે. તું આ ગેમને વધુ અઘરી બનાવી રહી છે.' મેં જવાબ આપ્યા વગર સામે લખ્યું.

'એટલે હું માની લઉં કે તું હારી ગયો?' એણે પૂછ્યું.

'૪૦૦૦ યુરો.'

'ઓહો. પૈસાદાર છે તું તો. તારો વારો.' એનો જવાબ આવ્યો.

'હવે તે આંકડાની રમત શરૂ કરી છે તો મને પૂછી જ લેવા દે કે તારું ફિગર સ્ટેટેસ્ટિક્સ શું છે? (સ્માઇલી.)' થોડી મિનિટ પસાર થઈ. મને લાગ્યું કે એ જવાબ આપવામાં ધીમી પડી ગઈ.

'આ ચિટિંગ કહેવાય.' એણે લખ્યું.

એના મૅસેજમાં નિર્દોષતા હતી. એ શું વિચારતી હશે એ હું કલ્પી શકતો હતો. મેં થોડીવાર સુધી જવાબ ન આપ્યો. મારે એને એવું લગાડવું હતું કે એ હારી ગઈ. હજી હું બિયરના નશામાં હતો.

સવારના ૩.૩૦ વાગ્યા હતા. મને ખબર ન હતી કે મારાથી સૂવાશે કે નહીં. મેં મોબાઇલ ઉપાડ્યો અને હું લખવા જ જતો હતો કે પ્રશ્ન બદલી નાખું છું ત્યાં જ સિમરનો જવાબ આવ્યો.

૩૬-૨૪-૩૬

એના સીધા જવાબ માટે મને માન થઈ આવ્યું અને પછી બીજો પ્રશ્ન લખતા પહેલા મેં થોડી રાહ જોઈ.

'બહુ સાચું કહું તો મને ગમ્યું તું જે પ્રામાણિકતાથી રમી રહી છે.' મેં લખ્યું જાણે હું એની પીઠ થબથબાવતો હોય એમ.

'જો તે મને કર્મ્ફટેબલ ન કરી હોત તો હું આ પ્રશ્નનો જવાબ ના આપી શકી હોત. હવે મારો વારો.'

'જો તારી આગળથી કોઈ છોકરી પસાર થાય સરસ, કામણગારી – તો એના શરીરના કયા ભાગ તરફ તું તાકી રહેવાનું પસંદ કરે?'

'અં... ગોર્જિયસ ફિગરવાળી. એ એના પર આધાર રાખે છે કે એ છોકરી મારી તરફ આવી રહી છે કે મારાથી દૂર જઈ રહી છે. બંને કિસ્સાઓમાં કાંઈક તો તાકી રહેવાય એવું હશે જ.'

'રવીન, આ સ્માર્ટ જવાબ હતો.'

અમારી રમત હવે ગાંડપણના પણ રોમાંચક તબક્કામાં હતી. જવાબ માટે રાહ જોવાની હતી અને બીજા સવાલ માટે વિચારવાનું હતું. બીજો સવાલ એવો વિચારવાનો હતો કે જે આગળના સવાલ કરતા અઘરો હોય. એવો સવાલ જે અમને એકબીજાની અંગત વાતો જાણવા તરફ દોરી જાય. એવો સવાલ જે પૂછતા પહેલા તમને વિચાર આવે. મારે એને પૂછવું જોઈએ કે ન પૂછવું જોઈએ અથવા તો મારે એને વધારે સારા શબ્દોમાં મૂકવું જોઈએ? મારા અંદરની તોફાની પ્રવૃત્તિઓ બહાર આવી રહી હતી.

'જો હું તને અત્યારે જ કહું કે તેં જે કપડાં પહેર્યાં છે એમાં જ મારા ઘરે આવે

જેથી કરીને આપણે મારી બાલ્કનીમાં બેસીને ટ્રુથ ઓર ડેર રમી શકીએ – તો તું આવે ?'

'મને શરમ આવે.' જવાબ આવ્યો.

'મારા પ્રશ્નનો એ જવાબ નથી.' મેં સામે લખ્યું.

આ વખતે મારા મોબાઈલમાં બીપ થવામાં થોડી વધારે વાર થઈ. પછી મૅસેજ આવ્યો, 'હા, હું આવવાનું પસંદ કરું, પણ જે મેં પહેર્યું છે એમાં નહીં.'

મને એનો જવાબ વાંચીને આનંદ થયો. મને આનંદ થતો હતો કે તનુને તો મેં બસ એમ જ કહી દીધું હતું કે એમ ટ્રુથ ઓર ડેર રમતાં હતા, પણ અત્યારે હું અને સિમર ખરેખર ટ્રુથ ઓર ડેર રમી રહ્યાં હતાં.

'પણ તેં અત્યારે શું પહેર્યું છે ?' જેવો એનો જવાબ આવ્યો કે મેં તરત જ પૂછ્યું.

સિમરનો આ વખતે ઝડપી જવાબ આવ્યો. 'એકવારમાં બે પ્રશ્નો નહીં પૂછવાના. હવે મારો વારો.' (સ્માઈલી.)

'તને તારાથી મોટી ઉંમરની કોઈ સ્ત્રી માટે કોઈ તોફાની વિચાર આવ્યા છે ?'

'અં. કૉલેજમાં મારા કમ્પ્યૂટર મૅમ. હવે મારો વારો. તું મારા આગળના સવાલનો જવાબ આપી શકે.' મેં લખ્યું.

'ઢીંચણ સુધી પહોંચે એવું લાંબું શર્ટ.'

'બસ એટલું જ ?' મેં પૂછ્યું.

'હા, હું સાચું જ કહું છું અને ફરી તું એકવારમાં બે સવાલો પૂછી રહ્યો છે.' સિમરે જવાબ આપ્યો.

આ બધા પ્રશ્નો કદાચ છોકરીને શરમ આપે એવા હતા, પણ પુરુષની ઉત્તેજના વધારે એવા હતા. એ ફક્ત આલ્કોહૉલ જ ન હતો, પણ રાતની શાંતિ પણ હતી. જેણે આ ગૅમને અમારા બંને માટે રસપ્રદ બનાવી દીધી હતી. અમે એકબીજાને જવાબ આપવામાં ખાસ્સા ટેવાઈ ગયાં હતાં. જો એવું ન હોત તો જ્યારે મેં એને પૂછ્યું મને ખબર પડી ગઈ હોત. મેં પૂછ્યું :

'ડ્રો સાથે ગૅમ પૂરી કરવી છે ?'

એણે જવાબ આપ્યો, 'ના, જીતવામાં કે હારવામાં મને રસ નથી, પણ મારે અટકવું નથી. જો તારે અટકવું હોય તો મને કહેજે.'

હવે આ ફક્ત રમત જ ન હતી, પણ એકબીજાને ઓળખવાની તક હતી.જોકે થોડી તોફાની વાત થઈ હતી, પણ અમે બંને એકબીજા સાથે પ્રામાણિકતાથી ખૂલીને રમતા હતા. અમે બંને એકબીજા સાથે કમ્ફર્ટેબલ થઈ ગયા હતા અને અમારી બંને વચ્ચે એક સંબંધ બંધાયો. મને યાદ છે એણે છેલ્લો સવાલ પૂછ્યો હતો.

'હવે તેં જવાબ આપ્યો કે તું હજી સુધી કુંવારો છે. મને એટલો જવાબ આપ કે તેં આજ સુધી કોઈ છોકરીને ચુંબન કર્યું છે ?'

એને નવાઈ લાગતી હતી કે મારી ગર્લફ્રેન્ડ પણ નથી અને હું હજી સુધી કુંવારો છું. એના અને મારા સદ્‌ભાગ્યે છોકરીને ચુંબન કરવાનો જવાબ મેં હામાં આપ્યો.

મારા જવાબે બીજો પ્રશ્ન જન્મ આપ્યો.

હું એની મૂંઝવણ દૂર કરી રહ્યો હતો. મારે ગર્લફ્રેન્ડ નથી છતાં મેં છોકરીને ચુંબન કર્યું છે. મેં એને કહ્યું કે હું પ્રામાણિક છું કે મારે ગર્લફ્રેન્ડ નથી, પણ થોડાં વર્ષો પહેલાં મારે ગર્લફ્રેન્ડ હતી. સિમરને એ છોકરી વિશે જાણવું હતું.

મેં ઊંડો શ્વાસ લીધો અને લખ્યું, 'એના વિશે તને કહેવું મને ગમશે, પણ એ લાંબી વાત છે અને ફોન પર મારે તને એ કહેવી નથી.'

એ સહમત થઈ ગઈ અને મારી પાસેથી વચન લીધું કે હું એને આખીય વાત આવતા શનિ-રવિમાં કહીશ.

મેં સ્વીકારી લીધું. અમે જ્યારે સૂતા હતા ત્યારે સવાર થઈ ગઈ હતી. હજી અમારા બંનેમાંથી એકેય રમતને પૂરી થયેલી જાહેર નહોતી કરી. અમે નક્કી કર્યું કે અનિર્ણાયક સમય સુધી અમે આ રમત ચલાવીશું, જેથી કરીને ક્યારે પણ કોઈને પ્રશ્ન પૂછવો હોય એ પૂછી શકે.

'ટ્રુથ ઓર ડેર'ની રમતે એક સુંદર સંબંધને જન્મ આપ્યો હતો. છેલ્લાં કેટલાંય વર્ષો પછી હું મારા હોઠ પર સ્મિત સાથે સૂતો.

૧૨

બીજા દિવસે બપોરે અમે બંને લંચ માટે મળ્યાં. મોડી બપોર હતી. આખી સવાર હું વિચારોમાં રહ્યો હતો અને એને મળવાની ઇચ્છામાં પણ. જ્યારે હું એને મળ્યો ત્યારે મને એવી ખબર પડી કે એ પણ મને મળવા એટલી જ ઉત્સુક હતી, પણ એ રહસ્યમય રીતે શાંત હતી જ્યારે હું સતત બોલતો હતો. આગલી રાતે અમે જે ગેમ રમ્યાં હતાં એ મને યાદ આવતી હતી. એના ઘણાં બધા જવાબો મને યાદ આવતા હતા અને મારા ઘણા એવા સવાલો જે કદાચ એ સામે હોત તો હું એને ન પૂછી શકત પણ ફોન પર મેં પૂછી લીધા હતા એ મને યાદ આવતા હતા. મને ખાતરી હતી કે એને પણ એવી જ લાગણી થતી હશે જેવી મને થતી હતી. આ એ જ છોકરી હતી જેણે મને કહ્યું હતું ૩૬-૨૪-૩૬ અને હું એ જ છોકરો હતો, જેણે એને આ આંકડા પૂછ્યા હતા ? અમારા બંનેની આંખની આજુબાજુ કાળાં કૂંડાળાં દેખાતાં હતાં. જાહેર હતું કે આગલી રાતના ઉજાગરાનું પરિણામ હતું. અમે બેમાંથી એકેય પછી સૂઈ નહોતાં શક્યાં. એ ઉત્તેજના જ હતી કે જેણે અમને બંનેને આંખો બંધ નહોતી કરવા દીધી.

એ દિવસનું લંચ અદ્ભુત રહ્યું. આમ તો રોજની સૅન્ડવિચ જ હતી. એ જ બેલ્જિયમનો અતિ ઠંડો શિયાળો અને એ જ આકાશમાં હૂંફાળો સૂર્ય, પણ છતાં આ બધું વધારે સારું લાગી રહ્યું હતું. કહેવાની જરૂર નથી કે આ લંચની અમે બંને આતુરતાથી રાહ જોતાં હતાં.

સિમરની સામે હું બેઠો હતો. એ પોતાની સૅન્ડવિચ ખાઈ રહી હતી. મને અચાનક જ ખ્યાલ આવ્યો કે મારા હૃદયનો કોઈક ખૂણો પીગળ્યો હતો. મને જાણે એવું લાગતું હતું કે મારામાં જાણે કોઈ જાદુઈ ફેરફાર થયો છે. થોડા સમય પહેલા તો જાણે એવું હતું કે હું મારા વિચારોમાં જ ખોવાયેલો રહેતો હતો અને એ પણ મોટા ભાગે ભૂતકાળના વિચારો. મારે ચોક્કસ મારા જીવનમાં બદલાવ જોઈતો હતો, પણ મને એ ખબર ન હતી કે કઈ રીતે થશે. હું એવું જ માનવા લાગ્યો હતો કે મારી હવેની જિંદગી અત્યારની જિંદગીની જેમ જ વીતશે. ફરી પ્રેમ મળશે એવો મેં સપને પણ વિચાર નહોતો કર્યો. મારે એવો વિચાર કરવો પણ ન હતો. મારા હૃદયમાં મેં ક્યાંક

એવું સ્વીકારી લીધું કે મને મારા ભાગનો પ્રેમ મળી ગયો. એથી શું થયું કે એ ચાલ્યો ગયો. હું મારા ખોવાયેલા પ્રેમને યાદ કરતો અને એ ક્ષણોને ફરીને ફરી જીવતો. લોકો યાદો સાથે જીવી જાય છે. ખબર નહીં કેટલા અને કેવી રીતે પણ જીવી તો જાય જ છે.

પણ એ દિવસ પછી મેં એવું વિચારી લીધું કે હું એ રવીન નથી, જે હું પહેલા હતો. ધીમે ધીમે દરેક દિવસ પસાર થવાની સાથે મને લાગ્યું કે હું બદલાઈ રહ્યો છું. મેં સ્વીકાર્યું કે મને સિમરની કંપની ગમે છે. લંચ પર એને મળવાની હું આતુરતાથી રાહ જોતો હતો. જો એ કોઈ કારણસર ન આવે તો હું નિરાશ થતો હતો. મારા ફોનમાં મોટા ભાગે લાસ્ટ ડાયલ્ડ નંબર તરીકે સિમરનો જ નંબર દેખાડતો.

આ બધું થતું હોવા છતાં એવું પણ કાંઈક હતું જે મને અને મારી લાગણીઓને વહેતાં રોકતું હતું. વારંવાર મારા મનમાં સવાલ થતો કે જે રીતે બધું ચાલી રહ્યું છે અને જે રીતે બધું આગળ વધી રહ્યું છે એ થવા દેવું જોઈએ કે નહીં ? ઘણીવાર મારા ભૂતકાળને યાદ કરીને હું મારા અનુત્તર સવાલોના જવાબ શોધવા પ્રયત્ન કરતો. મોટા ભાગે તો મને ખબર જ નહીં કે મારે શું કરવું જોઈએ અને હું શું કરતો હતો. પણ એક વાત ચોક્કસ હતી, હું મારી જાત સાથે અને બીજાઓ સાથે પ્રામાણિક હતો.

આ દરમિયાન સિમર મારી સાથે હળીમળી ગઈ. મને યાદ છે — એ દિવસના લંચ પછી એણે મને કહ્યું હતું કે હવે મારા ઘરે આવવા માટે એને તનુની કંપનીની જરૂર નથી અને પોતાની વાતને સાબિત કરવા માટે એ એકલી મારા ત્યાં આવી પણ ખરી. પછીના શનિવારે સિમર મારા ત્યાં ફરીવાર આવી. હું તને એની વાત કહીશ. ટ્રુથ અને ડેર રમતી વખતે મેં સિમરને કહ્યું હતું. સિમરને બરાબર યાદ હતું કે બીજા શનિ-રવિ એને એ વાત સાંભળવાની છે.

આ એ શનિવાર હતો. એ સોફા પર ગોઠવાઈ ગઈ — આરામથી. હું એના માટે કાંઈક લેવા રસોડામાં જતો હતો. એણે મને રોક્યો અને કહ્યું, 'હું ફક્ત અહીંયા તારી વાત સાંભળવા આવી છું.'

હું હસ્યો, 'તારે કેટલી વિગતથી આ વાત સાંભળવી છે ?'

'ઝીણામાં ઝીણી વિગત સાથે...' એક ક્ષણ ગુમાવ્યા વિના સિમરે જવાબ આપ્યો. એના જવાબથી થોડીક ક્ષણો માટે હું વિચારમાં પડી ગયો.

'હમ.' મેં એની સામે જોયું.

જવાબમાં એ ફક્ત મારી સામે મારી આંખોમાં તાકી રહી. રાહ જોતી હતી સિમર કે ક્યારે હું મારી વાત શરૂ કરું. મારે ત્યાં આવવાનું કારણ જ આ વાત હતી અને સિમર એ ભૂલવા નહોતી માંગતી.

હું ત્યાં ઊભો રહ્યો અને પાછળથી એણે બૂમ પાડી કે ક્યાં જાય છે ?

મેં એની અવગણના કરી સીધો બેડરૂમમાં ગયો. પાછો ચોપડી સાથે આવ્યો. મારી ચોપડી.

'આમાં એની વાત છે ઝીણામાં ઝીણી વિગત સાથે.' મેં એને ચોપડી આપતાં આપતાં કહ્યું.

આશ્ચર્ય સાથે એણે ચોપડી હાથમાં લીધી અને શીર્ષક વાંચ્યું.

'I Too Had A Love Story' એણે વાંચ્યું અને પછી ચોપડીની નીચેની લીટી ધીમા અવાજે ગણગણી. હૃદયને હચમાચાવી મૂકતી સાચી પ્રેમકથા – રવિન્દરસિંઘ. એણે મારું નામ વાંચ્યું અને ફરી વાંચ્યું. સિમર સ્તબ્ધ થઈ ગઈ. એને હવે ખ્યાલ આવ્યો કે આ પુસ્તક મેં લખ્યું છે. એણે કવર પેજ ઊથલાવ્યું અને લેખકના પરિચયની બાજુમાં મારો ફોટોગ્રાફ જોયો.

થોડીવાર સુધી એ કાંઈ બોલી નહીં. એની આંખો ચોપડીનાં પાનાં અને મારી વચ્ચે ફરતી હતી. મને ખબર હતી કે એના મનમાં એકસાથે હજારો પ્રશ્નો આવી રહ્યા છે, પણ એ કોઈ એક સવાલ નક્કી કરીને પૂછી શકતી ન હતી. સિમર બેઠી અને પુસ્તકમાંથી જવાબો શોધવા માટે એણે પ્રયત્નો કર્યા. મેં પણ એને કાંઈ મદદ ન કરી અને ફક્ત ત્યાં ઊભો રહ્યો અને એના ચહેરા તરફ એના હાવભાવ જોતો રહ્યો. એણે ઉતાવળમાં પુસ્તકનાં કેટલાંક પાનાં ફેરવ્યાં.

મેં આ પુસ્તક અર્પણ કર્યું છે એ સિમરે વાંચ્યું, 'એ છોકરીની યાદને જેને મેં પ્રેમ કર્યો, પણ પરણી ન શક્યો.' અચાનક જ એણે એનું મોં બંધ કરી દીધું અને ગળા નીચે થૂંક ઉતાર્યું. એના ગળાના સ્નાયુઓને હું જોઈ શકતો હતો. હવે એ થોડી તનાવમાં લાગતી હતી. એક નિઃશ્વાસ સાથે એણે એનાં સેન્ડલ્સ કાઢ્યાં પલાંઠી વાળી અને સોફા પર ટેકો દઈને એણે પુસ્તક વાંચવાનું શરૂ કર્યું.

મને ખબર હતી કે મારા પુસ્તકનો વિષય જ એવો હતો કે જેથી વાતાવરણ થોડું ગંભીર તો બની જ જાય. મારે એને વધારે લાગણીશીલ નહોતી બનાવવી.

'ઓ.કે. મેં મારું વચન પાળ્યું. તને જોઈતો સમય લે અને આરામથી વાંચજે. હું આપણા બંને માટે ચા બનાવવા જાઉં છું. ચાલ, મને મદદ કર.' મેં રસોડા તરફ જતાં એને કહ્યું.

'તું જઈને ચા બનાવ હું હમણાં જ વાંચીશ.' સિમરે તરત જ જવાબ આપ્યો.

'શું ?' મેં પાછળ ફરીને પૂછ્યું.

આ વખતે એણે જવાબ આપવાની તસ્દી પણ ન લીધી. એની આંખો જાણે પુસ્તકમાં ચોંટી ગઈ હતી. એણે મારી તરફ જોયું પણ નહીં. હું બે ક્ષણ સુધી ચૂપચાપ ત્યાં ઊભો રહ્યો અને મને જ્યારે એવી ખાતરી થઈ ગઈ કે એ રસોડામાં નહીં જ આવે ત્યારે હું એકલો રસોડામાં ચાલ્યો ગયો.

બાકીની સાંજ એણે મૅરેથોન વાંચનમાં કાઢી. મને નવાઈ લાગતી હતી કે એક જ જગ્યાએ બેસીને અને બીજી કોઈ વાતમાં ધ્યાન આપ્યા વગર એ સતત કઈ રીતે વાંચી શકે છે? એણે ચા માટે મને થૅન્ક્યુ પણ ન કહ્યું. મેં નોંધ્યું કે સતત અને અવિરતપણે પાનાં ઊથલાવતી હતી. લગભગ દર ૩ મિનિટે. મેં એની બાજુમાં બેસીને ચા પીધી જે લગભગ તો એકલા પીવા બરાબર જ હતી.

આવું ક્યારેક જ બનતું હશે કે વાચક પુસ્તક વાંચવામાં એવું તો ખોવાઈ જાય કે બાજુમાં બેઠેલા એના લેખક પ્રત્યે ધ્યાન પણ ન આપે.

એની બાજુમાં બેસીને એની રાહ જોવી એ મને નિરર્થક લાગ્યું. એટલે હું ડાઇનિંગ ટેબલ પર જતો રહ્યો અને મારું લૅપટૉપ ખોલીને મારું ઑફિસ કામ કરવા લાગ્યો. થોડો વધારે સમય પસાર થયો અને મારા લિવિંગ રૂમમાં એ જ શાંતિ છવાયેલી રહી.

અચાનક એ ઊભી થઈ અને એણે એનાં ચપ્પલ પહેર્યાં.

'શું થયું?' મને લાગ્યું કે એને કદાચ વૉશરૂમમાં જવું હશે.

'મારે પાછા જવું પડશે. મોડું થઈ ગયું છે.' એણે જવાબ આપ્યો.

મેં દીવાલ પર લટકતી ઘડિયાળમાં જોયું. ખાલી રાતના સાડા આઠ વાગ્યા હતા. એટલું કાંઈ મોડું નહોતું થયું. આના કરતાં એ ઘણી મોડી રાત સુધી એ હૉસ્ટેલની બહાર રહેતી હતી.

'તને ખાતરી છે?'

'હા, અને હું આ મારી સાથે લઈ જાઉં છું.' પુસ્તક સામે જોતાં જોતાં અને ડાબા હાથેથી પોતાનાં સેન્ડલ્સ પહેરતાં પહેરતાં એણે કહ્યું. એના જમણા હાથની આંગળી પુસ્તકનાં પાનાંની વચ્ચે હતી. એ દેખાડવા કે ક્યાંથી એણે વાંચવાનું શરૂ કરવાનું છે.

'જમીને જાને.' મેં આગ્રહ કર્યો.

એણે સામે આગ્રહ કર્યો, 'ના, મારે જવું જ પડશે.'

મને એવી લાગણી થઈ કે એના મનમાં ચોક્કસ એવું કાંઈ હતું કે એ જુદી રીતે વર્તી રહી હતી, પણ મેં એને રોકાઈ જવા માટે કે શું થયું એ કાંઈ પણ જાણવા માટે કોઈ જ આગ્રહ ન કર્યો. મેં એને જવા દીધી.

એના ગયા પછી એણે મને લાંબો મૅસેજ મોકલ્યો.

'આઇ એમ સૉરી, હું આમ અચાનક જ ઊભી થઈને ચાલી આવી. પુસ્તકનાં છેલ્લાં પ્રકરણમાં મેં તું ખુશીને હાથમાં લઈને ચુંબન કરતો હતો એ મેં વાંચ્યું. ખબર નહીં કેમ પણ મને બહુ જ અજુગતું લાગ્યું. આ ક્ષણે તારી વાત વાંચવામાં હું એવી તો ગૂંચવાયેલી છું કે મારે મારા એ અનુભવને છિન્ન વિછિન્ન નહોતો કરવો અને એટલે હવે મારે આ પુસ્તકને એકાંતમાં વાંચવું છે. હું ટૅક્સીમાં છું, ઘરે પહોંચવાની આતુરતાથી

રાહ જોઈ રહી છું, જેથી કરીને હું બાકી રહેલું વાંચી શકું. હું આ પુસ્તક પૂરું કરી લઉં પછી આપણે વાત કરીશું.'

પછીની રાતે એના તરફથી કોઈ સંદેશો ન આવ્યો. મેં પણ કોઈ સંદેશો ન લખ્યો.

૧૩

બીજા દિવસે સવારે ઊઠ્યો ત્યારે મને ખબર પડી કે સિમરે મારું આખું પુસ્તક વાંચી કાઢ્યું છે. મારા મોબાઇલમાં કેટલાક લાંબા મૅસેજિસ હતા. સવારે લગભગ ૪.૦૦ વાગે આવેલા.

પહેલાં લખ્યું હતું, 'હમણાં જ મેં તારા જીવનની વાત વાંચવાની પૂરી કરી રવીન, હું હજી રડી રહી છું. તારા પુસ્તકનાં છેલ્લાં કેટલાંક પાનાં મારાં આંસુઓને કારણે ખરાબ થઈ ગયાં છે. ખુશી માટે તારો પ્રેમ અમૂલ્ય અને પવિત્ર છે. ભગવાન આટલો ક્રૂર કેવી રીતે થઈ શકે જે ખુશીને તારી પાસેથી લઈ લે ? પણ મને આનંદ એ વાતનો છે કે ખુશીને આવું તર્પણ કરીને તું એને ભગવાન પાસેથી પાછો લઈ આવ્યો છે. દરેક છોકરી તારા જેવો જીવનસાથી પામવા ઇચ્છે.'

એના કોઈ પણ મૅસેજનો મેં જવાબ ના આપ્યો. એ દિવસે બપોરે અમે લંચ માટે મળ્યાં. એ ઉદાસ હતી. હું જોઈ શકતો હતો કે મારી વાતને કારણે એને કેટલું દુઃખ પહોંચ્યું હતું અને મારી વાર્તાને કારણે એ કેટલી હચમચી ગઈ હતી. એની આંખમાં મારા માટે સહૃદયતા દેખાતી હતી.મેં એને રિલેક્સ કરવા પ્રયત્ન કર્યા. જેવા અમે સૅન્ડવિચ લઈને બેઠાં કે તરત જ ખુશીની વાત શરૂ થઈ ગઈ. સિમરને ખુશી માટે ઘણાં સવાલો હતાં. એના જવાબો માટે મેં એને મારા અને ખુશીના કેટલાક રમૂજી કિસ્સાઓ કહ્યા જે પુસ્તકમાં નથી. આખરે એના ચહેરા પર થોડું સ્મિત આવ્યું અને મને પણ થોડી હળવાશ અનુભવાઈ. લંચ પૂરું કરીને અમે છૂટાં પડવાની તૈયારીમાં હતાં અને ત્યારે એણે મને એ જ સવાલ પૂછ્યો જે મને મારા હજારો વાચકોએ પૂછ્યો છે, 'મને એનો ફોટો જોવા મળે ?' હું ચૂપચાપ ઊભો રહ્યો અને એની આંખમાં જોતો રહ્યો. એની આંખમાં કાંઈક એવું હતું કે મને એને દુઃખી કરવાનું મન ના થયું. ખબર નહીં, પણ મારે સિમરને ખુશીનો ફોટો દેખાડવો હતો. આવી ઇચ્છા આ પહેલાં મને ક્યારેય નહોતી થઈ અને ફરી આવું થશે કે એ કેમ એની પણ મને ખબર નહોતી. એ દિવસ પૂરો થતાં પહેલાં મેં એને દેખાડ્યું કે મારી ખુશી કેવી લાગતી હતી.

સિમરે એની આંગળીઓ ખુશીના ફોટોગ્રાફ પર ફેરવી. એના મોંમાંથી શબ્દો સરી પડ્યા, 'બરાબર એવી લાગે છે જેવું તેં વર્ણન કર્યું છે.'

દિવસો વીત્યા પછી મને ખ્યાલ આવ્યો કે મારું પુસ્તક વાંચ્યાં પછી સિમર મારી ઘણી નજીક આવી ગઈ છે. અમારી વચ્ચે ઘણું બધું બદલાઈ ગયું. અમારા સંબંધમાં જાણે એક નવી ઊર્જા, એક નવું ઇંધણ પુરાયું અને જે ખૂટતું હતું અમારા સંબંધમાં એ જાણે બંધાવા લાગ્યું. સિમરના મગજમાં કેટલીક વાતો નિશ્ચિત થઈ ગઈ. એના વિચારોમાં અને એના હલનચલનમાં હું એ જોઈ શકતો હતો.

એક રાતે હું અને સિમર મોડા ફોન પર વાત કરતાં હતાં. એણે પોતાની વાત બહુ જ સરળ રીતે કહી દીધી. પોતે જે કહેતી હતી એના માટે એ ગંભીર હતી.

'તને રૂબરૂ મળ્યા પછી અને જેટલું તારા પુસ્તકમાં વાંચ્યાં પછી હું ઇચ્છું કે મારા જીવનમાં પણ તારા જેવો પુરુષ હોય.'

હું શાંત રહ્યો. 'તું આ દુનિયાનો સૌથી વહાલો છોકરો છે.' એણે કહ્યું.

'મારે ફરી એકવાર સાંભળવું છે.' મેં મારી હિંમત ભેગી કરતાં કહ્યું.

'તું મારો વ્હાલામાં વ્હાલો છે.' એણે કહ્યું. આ વખતે થોડી વધારે મક્કમતાથી...

'મારે ફરી એકવાર સાંભળવું છે.' ઉતાવળે હું બોલ્યો. કોઈક કારણસર એનો અવાજ મને મંત્રમુગ્ધ કરી રહ્યો હતો.

'તું વ્હાલામાં વ્હાલો છે રવીન, હું તને આલિંગન આપવા ઇચ્છું છું.'

હું એને વારંવાર એ શબ્દ બોલવા માટે આગ્રહ કરતો રહ્યો અને સિમર એ બોલતી રહી. એ દિવસે અમે મોડા સુધી ફોન પર વાતો કરી. અમે બંને એકબીજાને ગુડનાઇટ કહ્યું એ પહેલાં સિમરે બીજા દિવસે મને આલિંગન આપવાની ઇચ્છા પૂરી કરવાનો કાર્યક્રમ બનાવી દીધો હતો.

બીજા દિવસે મારી ઑફિસની નજીકના બસસ્ટૅન્ડ પર હું આવ્યો. મેં અડધા દિવસની રજા લીધી હતી. ખુશખુશાલ સિમર મારી રાહ જોતી હતી. એના હાફ સ્લિવ બ્લ્યુ ટોપમાં એ તાજગી ભરી લાગતી હતી. ટોપની ઉપર નાના અક્ષરે લખ્યું હતું, 'યુ આર રોંગ' અને મોટા અક્ષરે આગળ લખ્યું હતું, 'આઇ એમ રાઇટ.'

'આવો કેવો વિચિત્ર મૅસેજ છે તારા ટોપ પર – 'યુ આર રોંગ અને આઇ એમ રાઇટ.' મેં હસી પડતાં પૂછ્યું.

'એયય.' જેવી એને ખબર પડી કે હું મૅસેજ વાંચું છું એણે મારા હાથ પર ટપલી મારી...

'કેમ હું વાંચી ન શકું ?' મેં હસતાં પૂછ્યું.

'દરેક લખેલી વસ્તુ વાંચવાની જરૂર નથી.' એણે કહ્યું અને નજર ફેરવી દીધી.

'તો પછી લખ્યું છે કેમ ?' મેં વળતું પૂછ્યું.

'મને ખબર નથી.' એણે કહ્યું.

હું હસી પડ્યો. મેં એને વધારે ચીઢવી, 'તને આ હું વાંચું એનો વાંધો છે કે જ્યાં આ લખાયું છે ત્યાં વાંચું એનો વાંધો છે ?'

જેવું મેં આ કહ્યું એનું મોં શરમથી ખૂલી ગયું, 'આહ...' એવો અવાજ કર્યો એણે. અને પછી મને અવગણવા માટે બસ જ્યાંથી આવવાની હતી એ દિશામાં નજર ફેરવી લીધી.

'અચ્છા, મારી ભૂલ થઈ ગઈ.' મેં માફી માંગી, 'પણ તું બહુ સરસ લાગે છે આ ટોપમાં.'

આ સાંભળીને એણે મારી સામે જોયું અને એના મોં પર હાસ્ય આવી ગયું. એની ચમકતી આંખો હું જોઈ શકતો હતો. એ શાંત હતી, પણ આનંદમાં હતી અને ઉત્સુક પણ...

મારું ઘર બસ દસ મિનિટ દૂર હતું. અમે બહુ જલદી ઘરે પહોંચી ગયાં. સૂરજના હૂંફાળા ખુલ્લા આકાશ નીચેથી અમે મારા બિલ્ડિંગનાં એન્ટ્રન્સમાં પ્રવેશ્યાં અને મારા શરીરમાં એક ઠંડી ધ્રુજારી વ્યાપી ગઈ. હવેના થોડા કલાકોમાં શું થશે એનો મને અંદાજ આવી ગયો. અમે પહેલા માળે પહોંચ્યાં. મેં દરવાજો ખોલ્યો અને અમે અંદર ગયાં.

જેવો મેં દરવાજો અંદરથી બંધ કર્યો મને ફરી અંદરથી શેરડો પડ્યો. હું ડરતો ન હતો, પણ હું આ માટે તૈયાર ન હતો. કદાચ સિમર તૈયાર ન હતી, પણ કમસેકમ એના મનમાં શું હતું એ એને ખબર હતી અને મને એના વિચારો વિશે કાંઈ જ ખબર ન હતી. મારે બસ એ જે કહે એ કરવાનું હતું. હવે જે થવાનું હતું એ આનંદદાયક હતું, પણ મને એ ખબર ન હતી કે આનંદદાયક થવું એ યોગ્ય હતું કે નહીં.

સિમરે આજુબાજુ જોયું. મેં કાંઈ કહ્યું કારણ વગરનું, અર્થ વગરનું. યુદ્ધભૂમિમાં ન હતો, છતાં જાણે સ્થિર જગ્યા હું ઊભા રહેવા માટે શોધતો હતો. સિમર મને જોતી હતી અને મને મારા જ ઘરમાં જાણે કમ્ફર્ટેબલ થવા માટે સમય આપી રહી હતી. હું એક હારેલા માણસની જેમ મારા પોતાના ઘરમાં ઊભો હતો. એક છોકરી સાથે અને એવી છોકરી સાથે જેના મગજમાં કાંઈક પ્રેમભર્યું ચાલી રહ્યું હતું. એની સાથે આ પરિસ્થિતિમાં એની સાથે તાલમેલ બેસાડવા માટે હું પ્રયત્ન કરતો હતો. આવી ક્ષણ માટે હું ઘણા લાંબા સમયથી હું મથામણ કરતો હતો અને અત્યારની ક્ષણોમાં તો એનાથી પણ વધારે.

જ્યારે શાંતિ અકળાવનારી થઈ ગઈ અને મને કોઈ શબ્દ ના સૂઝ્યો હું ફ્રીઝમાંથી પાણીની બૉટલ તરત લેવા ગયો. ફ્રીઝમાંથી આવતી ઠંડી હવાને કારણે હું વધારે થીજી ગયો.

તને પાણી જોઈએ કે જ્યૂસ ?' ફ્રીઝમાંથી જ્યૂસનું કેન કાઢતાં મેં બૂમ પાડી. એણે જવાબ ના આપ્યો, 'સિમર તને...'

મારું વાક્ય પણ પૂરું નહોતું થયું અને મને તરત જ સિમર મારી પાછળ ઊભી છે એવો અહેસાસ થયો. એણે એની કોણી ફ્રીઝના ખુલ્લા બારણા પર મૂકી હતી અને મને જોતી હતી. એણે એના હોઠના ખૂણે આંગળી દબાવી હતી અને એના ચહેરા પર તોફાની હાસ્ય હતું.

'તને શું જોઈએ છીએ ?' મેં વાક્ય પૂરું કરવાનો પ્રયત્ન કર્યો, પણ એણે મને અધ વચ્ચે જ રોકીને કહ્યું, 'મને તું જોઈએ છીએ.'

મારી પીઠ પાછળ ફ્રીઝનું બારણું હળવેથી બંધ થઈ ગયું. હું એની સામે તાકી રહ્યો. એના ચહેરા પર વધારે હાસ્ય ફેલાયું.

એણે કાંઈ જ કહ્યું નહીં. એ ફક્ત મારા તરફ આગળ આવી. એના હાથ પહોળા કરીને...

એ જ ક્ષણે મારામાં જાણે એડ્રેનાલિનનું લેવલ વધી ગયું. જાણે હજારો ગેલન લોહી મારી નસમાં ફરી વળ્યું. મારા સ્નાયુઓ તંગ થઈ ગયા. મારા હાથ ઠંડા થઈ ગયા. હાથના જ્યૂસ કેન કરતાં પણ વધારે ઠંડા... બાજુમાં રહેલી શેલ્ફ પર મેં જ્યૂસનાં કેન મૂકી દીધાં, પણ હું મારી નજર એના તરફથી હટાવી ન શક્યો. એક ક્ષણ જ દૂર હતો હું એ અદ્ભુત ઘટનાથી... મારી સાથે આ પહેલીવાર નહોતું થવાનું પણ ઘણાં લાંબા સમય પછી થવાનું હતું.

હવાની લહેરની જેમ એ આવી અને મને એના હાથમાં સમાવી લીધો. હું એને અનુભવી શકતો હતો અને એ મને... સિમરે મને કસીને પકડ્યો અને એનો ચહેરો મારા ડાબા ખભા પર ટેકવી દીધો. એની ઉષ્માએ મારા શરીરમાં રહેલી ઠંડકને જાણે ક્યાંય પાછળ ધકેલી દીધી. એના નિર્દોષ આલિંગને મારા મનમાં ચાલી રહેલા તમામ વિચારોને ફેંકી દીધા અને હું એકદમ શાંત થઈ ગયો.

ઘણા લાંબા સમય પછી હું કોઈ સ્ત્રીના હાથોમાં હતો. એ એવી ક્ષણ હતી જાણે મારા જીવનમાં નવી ઊર્જા આવી ગઈ. જાણે વર્ષો પછી વરસાદ પડ્યો. હજારો કાળી રાત્રીઓ પછી જાણે પહેલો સૂરજ ઊગ્યો. હજારો વર્ષોની ભૂખ પછી જાણે રોટલીનો પહેલો ટુકડો મળ્યો.

હું સંતોષની લાગણી અનુભવતો હતો.

મારી આંખમાંથી આંસુ વહેતાં હતાં. મેં મારો ચહેરો એના ખભા પર ટેકવ્યો. એને ખબર પડી પણ એ કાંઈ બોલી નહી. એના બદલે એણે મને વધુ જોરથી પકડ્યો અને મારા કાનમાં કહ્યું, 'તું સ્વીટહાર્ટ છે – તને દુનિયાની બધી જ ખુશીઓ મળવી જોઈએ.'

મેં મારા માથાને એના ખભા પર ટેકવ્યું અને એને જોરથી પકડી લીધી.

જ્યારે મેં આંખો ખોલી એણે મારો ચહેરો એની તરફ ફેરવ્યો અને મારી આંખોમાં જોયું. એણે મારી આંખોમાંથી આંસુ લૂછી નાંખ્યાં. હું હસ્યો અને ફરી એને વળગી પડ્યો. હું ખુશ હતો. કેટલા સમય સુધી અમે રસોડામાં રહ્યાં એની ખબર ન રહી. એકબીજાના હાથોમાં રેફ્રીજરેટરના ટેકે. મારું હૃદય આનંદ અને ઉષ્મામાં સંપૂર્ણ ભીંજાઈ ચૂક્યું હતું.

ઘણીવાર તમને ખબર નથી હોતી કે આનંદ કેવી રીતે તમારી જિંદગીમાં આવશે આ એવી જ ક્ષણ હતી. મને મારા હૃદયમાં ઊંડે ઊંડે થઈ રહ્યું હતું કે જે થઈ રહ્યું છે એ યોગ્ય થઈ રહ્યું છે અને પહેલી જ વાર મને આ વાત પર વિશ્વાસ પડી રહ્યો હતો. હું બહુ હળવો થઈ ગયો.

અમે ધીમેથી લિવિંગરૂમમાં ગયા. એ મારી સામે હસતી હતી અને શરમાયા વગર મને સ્પર્શ કરતી હતી. આ ક્ષણને કઈ રીતે માણવી એ સિમરને ખબર હતી અને મને પણ. અમે સોફા પર બેઠાં કે એણે એની આંગળીઓ મારા નાક પર ફેરવી.

અચાનક જ એને મારા ખોળામાં બેસવાની ઇચ્છા થઈ. મને તો એની ઇચ્છા પૂરી કરવી જ હતી.

એ મારી સામે જોઈ રહી.

'તને બટરફ્લાય કિસની ખબર છે ?'

'બટરફ્લાય કિસ ? ? ? બટરફ્લાય કિસ ?' મેં એ શબ્દો ફરી ઉચ્ચાર્યા. એ એટલા મીઠા લાગતા હતા કે મેં શબ્દો ફરી મોટેથી ઉચ્ચાર્યા.

'હમં...' એ હસતી હતી.

'નહીં.'

'જો હું તને બતાવું.' એણે એનાં શૂઝ કાઢ્યાં અને મારી પર નમી.

'એય એક મિનિટ... નહીં... એક મિનિટ...' મેં આજીજી કરી. મારે સંપૂર્ણ તૈયાર થઈને આ ક્ષણને બને એટલી લાંબા સમય સુધી માણવી હતી.

પણ એણે મને સાંભળ્યો જ નહીં. એણે એની આંગળીઓથી મારા હોઠને બંધ કરી દીધાં અને મને પાછળ ધકેલ્યો. એ મારી ઉપર ચઢી ગઈ. હું હજી કાંઈક બોલવા પ્રયત્ન કરતો હતો. મેં એના ટોપ પર લખેલો મંત્ર ફરી વાંચ્યો.

'યુ આર રોંગ, આઇ એમ રાઇટ.'

હું હસી પડ્યો અને નમ્રતાથી મેં મારી જાતને એના હવાલે કરી દીધી.

મારા શરીરની ઉપર નીચે થઈને બરાબર ગોઠવાયા પછી એણે એની બટરફ્લાય કીસ કરી.

એણે મારી આંખ પર હળવેથી ફૂંક મારી અને એની જમણી આંખ મારી

જમણી આંખની નજીક લાવી. હું મારી આંખ બંધ કરવા જ જતો હતો અને એણે મારા કાનમાં આંખ બંધ ન કરવા કહ્યું. એના વાળમાંથી અદ્ભુત સુગંધ આવતી હતી. એના સુંદર શરીરને હું મારા પર અનુભવી રહ્યો હતો. એને પકડવામાં મને આહ્લાદ આવતો હતો. એણે એની આંખની પાંપણ મારી આંખની પાંપણ સાથે અડાડી. મેં પણ એ જ કર્યું. અમારા બંનેની પાંપણો એકબીજાને અડી. પતંગિયા ઊડતાં હોય એમ.

'તને ખબર છે, આને શું કહેવાય ?' માદક રીતે એણે પૂછ્યું.

મેં જવાબ આપ્યો, 'બટરફ્લાય કિસ...'

થોડીવાર પછી એ નીચે સરકી અને મારા હોઠ એના હોઠ સાથે ચાંપી દીધા. મેં એને મારા હાથોમાં કસીને પકડી અને ઊલટાવી દીધી અને આ વખતે હું એની ઉપર આવી ગયો. એણે મને આવવા દીધો. મેં ધીમેથી એના હોઠને મારા હોઠમાં લીધા અને એની આંખો બંધ થઈ ગઈ. મેં એને પ્રલંબ ચુંબન કર્યું.

ઘણા લાંબા સમય સુધી અમે સોફા પર રહ્યાં.

આવા લગભગ અદ્ભુત બે કલાક પછી સિમર અને હું એની કૉલેજની બહાર હતાં. સિમર એના કૉલેજ ફ્રેન્ડ્સ સાથે વીકઍન્ડ પિકનિક પર જવાની હતી. આ ફૉર્મલ કૉલેજ ટ્રીપ પર જવું જ પડે એમ હતું નહીંતર સિમર કૅન્સલ કરી નાંખત. એના નિર્દોષ ચહેરા પર એ સાફ દેખાતું હતું.

'હું માંદી પડીને અહીંયા રહી જાઉં ?' એણે મને પૂછ્યું. પૂછતાં પૂછતાં એણે હોઠ બહાર કાઢ્યો અને માથું ડાબી બાજુ નમાવ્યું.

'ના, ડિયર...' મેં કહ્યું અને એના ગાલ પર ધીમેથી મારો હાથ થપથપાવ્યો. મને નહોતું જોઈતું કે એના ભણતર પરથી એનું ધ્યાન હટીને મારા પર આવી જાય.

અમે ત્યાં જ ઊભાં હતાં અને તનુનો એના મોબાઇલ પર ફોન આવ્યો. સિમર જવા માટે ફરી અને મેં એને ઘરેથી નીકળી વખતે લીધેલું જ્યૂસનું કૅન આપ્યું. ઘરે અમે એકબીજામાં એટલાં બધાં મગ્ન રહ્યાં કે કાંઈ ખાવાપીવાનો સમય જ ન રહ્યો. સિમર આનંદથી ઊછળી પડી જ્યારે મેં એને જ્યૂસનું કૅન આપ્યું. એને લાગ્યું કે હું એની સંભાળ લઉં છું. મેં એના કપાળ પર હળવું ચુંબન કર્યું અને આવજો કહ્યું. એ ટ્રીપ પર ગઈ અને હું ઑફિસ ગયો.

રાત્રે મોડા સુધી અમે એકબીજાને મૅસેજ કરતાં રહ્યાં. હું બહુ જ થાકી ગયો હતો છતાં આંખ ખુલ્લી રાખીને હું એને જવાબ આપતો હતો. મને સતત એના બીજા મૅસેજની રાહ હતી અને જેટલી વાર મારો મોબાઇલ વાઇબ્રેટ થતો, મારા હૃદયની એક ધડકન ચૂકી જતી. ઉત્તેજના હતી, પ્રેમની ખુશ્બૂ હતી અને થોડું ઘેન પણ... ક્યારે હું સૂઈ ગયો મને એની ખબર જ ન પડી.

હું એક જગ્યાએ છું – ખબર નહીં કઈ જગ્યાએ... આ કોઈ વિચિત્ર જગ્યા છે. આજુબાજુ બધું જ પ્રકાશિત છે. ટાંકણી પડે તોય સંભળાય એવી શાંતિ છે. સૂરજ ઊગતાં પહેલાં વહેલી પરોઢની હોય એવી શાંતિ... મને બહુ જ હળવું લાગે છે જ્યારે હું સામેના રસ્તા પર ચાલું છું. મને ખબર નથી હું અહીંયા કેમ છું અને મારે ક્યાં જવાનું છે, છતાં હું ચાલી રહ્યો છું. હું અહીંયા ક્યારેય આવ્યો નથી, પણ છતાં આ જગ્યા મને જાણીતી લાગે છે. આ સુગંધ... આ સુગંધ જાણીતી છે.

અચાનક જ હું મારી સામે કોઈને જોઉં છું. એક છોકરી... એ ક્યાંક બીજે જોઈ રહી છે. હું જેવો એની નજીક જાઉં છું સુગંધ વધતી જાય છે. હું એનાથી હવે થોડોક જ દૂર છું. મને કોઈના હૃદયના ધબકારાનો અવાજ સંભળાય છે. હું એની પાછળ જ ઊભો છું. હું એને જોવા માટે આગળ જ વધુ છું એ પહેલાં એનાં મોંમાંથી શબ્દો સરે છે - શોના...

એ મારી તરફ એનો ચહેરો ફેરવે છે અને મને આઘાત લાગે છે.

એ... એ ખુશી છે.

ઠંડો પવન વાય છે અને આજુબાજુ બધું ચમકી ઊઠે છે. હું એને જોઉં છું અને એ મને જુએ છે. અચાનક જ મને લાગે છે નીચે જમીન નથી. હું હવામાં ઊડી રહ્યો છું. હું જાણે એને ચોંટેલો છું અને મારા શરીરનો એકપણ સ્નાયુ હલી નથી રહ્યો.

લાંબા સમય સુધી એ મારી સામે જોયા કરે છે. અમે અમારી આંખોથી વાતો કરી છીએ. એ બોલે છે હું સાંભળું છું.

એ એના હાથ મારા ગાલ પર ઘસે છે અને કહે છે હું બહુ જ ખુશ છું અને એ હસે છે.

હું હજી હલી નથી શકતો, પણ મારી જમણી આંખમાંથી એક આંસુનું બુંદ સરી પડે છે – એના હાથ પર. હું બોલવા ઇચ્છું છું, પણ બોલી નથી શકતો.

અમારી આજુબાજુનો પ્રકાશ હર ક્ષણે વધતો જાય છે. મારી આંખો મીંચાઈ જાય છે અને અચાનક જ એ પ્રકાશ એક ઝબકારામાં જતો રહે છે.

ખુશી અદૃશ્ય થઈ જાય છે.

૧૪

પછી સિમરનો જન્મદિવસ હતો. હું જલદી ઊઠી ગયો અને તૈયાર થઈને ફૂલની દુકાને પહોંચી ગયો. ભારતની જેમ પશ્ચિમી દેશોમાં સવારે સવારે રસ્તામાં ઊભેલા ફૂલોવાળા નથી મળતા. ગાંડા પાગલની જેમ હું કેરીફોર મૉલના દરવાજા ખૂલવાની રાહ જોતો હું બહાર ઊભો રહ્યો. સદ્નસીબે સવારના ૮.૦૦ વાગતા મૉલ ખૂલી ગયો. હજારવાર મોટા સ્ટોરમાં હું એકલો જ ગ્રાહક હતો.

'બોન્જયોર મોન્શ્યોર' (હલ્લો સર) બિલિંગ કાઉન્ટર પરની મહિલાએ મને કહ્યું. 'બોન્જયોર' મેં શુભેચ્છા પાછી વાળી. 'પાંચ યુરોમાં ?' મેં ભાંગી-તૂટી ફ્રેન્ચમાં લાલ અને સફેદ ગુલાબનો ગુચ્છો હાથમાં પકડતા કહ્યું.

'ચોક્કસ.' એણે કહ્યું.

'પ્લીઝ પૅક કરી આપોને.' મેં ઉતાવળે કહ્યું અને બર્થ-ડે નોટ લખવા માંડ્યો. 'થૅન્ક્યુ.' મેં કહ્યું અને જેવો બુકે હાથમાં આવ્યો હું દોડ્યો.

જુદા બસસ્ટૅન્ડથી મેં બસ પકડી અને એની હૉસ્ટેલ પર પહોંચ્યો. સવારના ૮.૩૦ વાગ્યા હતા. મેં એને મોબાઈલ જોડ્યો.

એણે ફોન ઉપાડ્યો અને કહ્યું, 'હલ્લો.'

હું કાંઈ બોલ્યો નહીં, પણ મેં ફોન પર હેપ્પી બર્થ-ડે ધૂનની સિટી મારીને વગાડી.

ફોનના બીજા છેડા પર હું એને ખડખડાટ હસતાં સાંભળી રહ્યો હતો.

'હેપ્પી બર્થ-ડે સ્વીટહાર્ટ' ફોનમાં છેલ્લે ધીમેથી મેં કહ્યું.

'થૅન્ક્યુ રેજ્ઝ.' એણે કહ્યું. એ હજી હસી રહી હતી. મને બહુ જ સારુ લાગ્યું. એની પાસે મારા માટે બહુ જ લાડકાં નામો હતાં. બોન્સાઈ છોડ જેવું મારું નામ એક તો પહેલાં બહુ ટૂંકું હતું – રવીન. સિમર હજી એને ટૂંકું કરીને રેજ્ઝ કહેતી હતી, પણ અટકતી નહોતી. એ ગમે ત્યારે મારા નામને તોડતી મરોડતી હતી. મોટા ભાગે આ બધું એના મૂડ પર આધાર રાખતું હતું. મારા માટે એ જે વાપરતી એમાંથી સૌથી લાડકું નામ હતું – રેજ્ઝુ અથવા રેજ્ઝી. અને જ્યારે એ રાવઝીઈઈઈ. ઈ લંબાવીને બોલતી ત્યારે વધારે મીઠડી લાગતી અને હું એનાં એસાઇનમૅન્ટ પૂરા કરી આપતો હતો. ટૂંકામાં ટૂંકું નામ હતું રો. મને એ નહોતું ગમતું. ખબર નહીં કેમ મને એ પાલતું

પ્રાણી જેવું લાગતું હતું. જ્યારે મેં એને કહ્યું કે મને એ નામ નથી ગમતું. એણે એ નામ વાપરવાનું બંધ કરી દીધું હતું.

'હવે તું નીચે આવીશ કે મારે ગર્લ્સ હૉસ્ટેલમાં નીચે આવી જવું જોઈએ.' મેં પૂછ્યું

'ઓહ. તું બહાર છે? અહીંયા?' એણે ઉત્સાહમાં આવીને પૂછ્યું.

'યસ, બેબી.'

થોડી મિનિટ પછી મેં એને બિલ્ડિંગમાંથી બહાર દોડતી આવતી જોઈ. એણે હજી નાઇટડ્રેસ પહેર્યો હતો અને એના વાળ બરાબર ઓળેલા ન હતા. એનો ચહેરો એટલો તાજગી ભર્યો ન હતો, પણ એ હંમેશ કરતા એ વધારે મીઠડી લાગતી હતી. સૌંદર્ય હંમેશાં એના મૂળ રૂપમાં સારું લાગે છે.

એ હસી રહી હતી. મને ખબર હતી કે એણે હજી બ્રશ નથી કર્યું, છતાં એના દાંત સફેદ ચમકી રહ્યા હતા. એના ચહેરાની સૌથી સુંદર વસ્તુ – મેં એને આ વિશે કહ્યું પણ હતું.

જેવી એ નજીક આવી મેં મારી બૅગમાંથી બુકે કાઢ્યો અને એને આપ્યો.

'હેપ્પી બર્થ-ડે – વન્સ અગેઇન.'

મેં એને આલિંગન આપ્યું અને ગાલ પર ચુંબન કર્યું. એણે ફૂલો સામે જોયું અને પછી મારી સામે. એના ચહેરા પર હજી સ્મિત હતું.

'એની અંદર નોટ પણ છે.' મેં કહ્યું.

'હા રેજ઼, આની અંદર કાંઈ લખેલું પણ છે.' એણે ઉદ્ગાર કાઢ્યો. એની આંખમાં હવે ચમક હતી. મારાથી થોડે દૂર ઊભા રહીને એણે નોટ વાંચી. એ એની પ્રિય અદામાં ઊભી હતી – પગ સીધા અને માથું ડાબા ખભા પર નમેલું.

એને સારું લાગે એ માટે મેં કેટલીક લીટીઓ લખી હતી.

જેવું એણે વાંચવાનું પૂરું કર્યું એ મારી તરફ ધસી આવી અને મને જોરથી આલિંગન આપ્યું.

'થૅન્ક્યુ સો મચ રેજ઼ – તને મારો જન્મદિવસ યાદ રહ્યો અને તે એને ખાસ પણ બનાવ્યો.' એણે હસતાં કહ્યું અને એની હૉસ્ટેલના ગાર્ડન એરિયામાં થોડું ચાલ્યા પછી હું ઑફિસ જવા નીકળી ગયો.

ઑફિસ જતાં જતાં મેં એને મૅસેજ કર્યો કે હવે નોટની પાછળ જે છે એ પણ તારે વાંચવું જોઈએ.

બીજી જ મિનિટે એણે જવાબ આપ્યો, 'અચ્છા, તો હજુ એક સરપ્રાઇઝ છે. લવ યુ. હું તૈયાર રહીશ. નોટની પાછળ લખ્યું હતું, 'આપણે આજે સાંજે ડિનર માટે જઈએ છીએ. ૮.૦૦ વાગે તૈયાર થઈ જજે. મને ખબર છે આજે તારે કોઈ સાંજનું લેક્ચર નથી. પૂછીશ નહીં કે મને કઈ રીતે ખબર પડી.'

મોડી સાંજ હતી. મેં ગમેતેમ કરીને ઍન્થનીની કાર મેળવી લીધી હતી. ઍન્થની આમ તો મારા ક્લાયન્ટની ટીમનો હતો, પણ મારો મિત્ર બની ગયો હતો. જોકે એટલોય નહીં કે તેમને સાંજ માટે એની ફોક્સવેગન ઉધાર આપે.

સાંજે લગાવેલી એક શરતમાં કાર જીતી ગયો હતો.

આગલા દિવસે સાંજે હું અને ઍન્થની ઑફિસ માટે વહેલા નીકળી ગયા હતા. અમે પુલમાં બેસ્ટ ઑફ ફાઈવ સિરીઝ રમતા હતા. શરત એ હતી કે જો હું હારી જાઉં તો હું એને શ્રેષ્ઠ રેડવાઇન એના દેશમાં પીવડાવું અને જો એ હારી જાય તો એ મને એક સાંજ માટે એની ફોક્સવેગન વાપરવા માટે આપશે. મેં રમત શરૂ થતાં પહેલાં જ નિયમો બરાબર સમજાવી દીધા હતા.

'જો તું હારી જાય તો ફરી નહીં જાય ને ? હું જે રેડવાઇનની વાત કરું છું એ ૨૦૦ યુરો ડૉલરથી પણ વધારે મોંઘી આવે છે. તું જાણે છે ને ?' ઍન્થનીએ વિશ્વાસથી કહ્યું હતું.

ઍન્થની બહુ સારું રમતો હતો અને ગયે વખતે એ મારી સામે જીતી ગયો ત્યારથી તો હું બહુ સારી રીતે ઓળખી ગયો હતો, પણ મને એ ખબર હતી કે ભલે એ જીતી ગયો પણ મેં એને અઘરી હરીફાઈ આપી હતી. મેં એને મારી શરત સ્વીકારવાની પાડી અને એના માટે જીતની જે લાલચ આપી એ ખરેખર મોટી હતી.

ગેમ ઠીકઠાક ચાલી, પણ છેલ્લો કાળો બૉલ ટેબલ પર આવ્યો એ બોલ જેને કાણામાં નાંખવાનો હતો. જે આ બૉલને કાણામાં નાંખે એ જીતી જાય.

ગેમ ખરેખર બરાબર રમાઈ રહી હતી. અમે ખરેખર પુલના ટેબલ પર યુદ્ધ કરી રહ્યા હતા. એક વાઇન માટે અને બીજો સ્ત્રી માટે અને અમારા બંનેમાંથી કોઈને પણ પોતાના ખર્ચે આ નહોતું જોઈતું. બાય ધ વે હવે મને એ ત્રીજો ડબ્લ્યુ યાદ આવી ગયો, જે હું વારંવાર બોલતો હતો. 'વેલ્થ, વુમન અને વાઇન' એ આ દુનિયામાં કાંઈ પણ કરાવી શકે.

અંતમાં ઍન્થનીએ કાળો બૉલ કાણામાં નાંખી દીધો.

મુશ્કેલી એ હતી કે એણે ખોટી જગ્યાએ બ્લેક બૉલને નાંખ્યો હતો અને એ સિરીઝ હારી ગયો અને હું સાતમા આસમાનમાં વિહરવા માંડ્યો.

ઍન્થનીને એનું વચન પાળ્યું.

આમ હું સિમરની હૉસ્ટેલની બહાર હતો. વોક્સવેગનમાં. સિમર બહાર આવી અને એ મને જોઈ ન શકી અને એણે મારો નંબર ડાયલ કર્યો.

'ક્યાં છે તું ?'

'તારી બહુ જ નજીક', 'પણ મને તો દેખાતો નથી.' સિમરે આમતેમ જોયું.

મેં એને એવી આવડતથી સૂચવ્યું કે એ જ્યાં જોઈ રહી છે ત્યાં જ જોવું જોઈએ.

જેવો મેં ગાડીનો કાચ ઉતાર્યો એનું મોં પહોળું રહી ગયું. ખુલ્લા મોંએ લગભગ ૨૦ ક્ષણ સુધી આમ જ ઊભી રહી.

હું કારની બહાર આવ્યો અને દોડ એમ બૂમ પાડી અને મારી તરફ બોલાવી.

કહ્યાગરા બાળકની જેમ એ દોડી આવી.

અમે ફરી વળગ્યાં. આનંદથી છલકાતાં એણે પૂછ્યું, 'કોની કાર છે આ ?'

'પહેલાં અંદર બેસી જા પછી હું કહીશ.' મેં કહ્યું.

એ ખુશ હતી અને હું એટલા માટે ખુશ હતો કે એ ખુશ હતી.

થોડીવાર પછી હું એને કહેતો હતો કે કઈ રીતે હું કાર શરતમાં જીતી ગયો. મારા ખભા પર હાથ મૂકીને એ વાત સાંભળતી હતી.

એ સાંજનો પહેલો અડધો કલાક અમે એના માટે ગિફ્ટ ખરીદવામાં કાઢ્યો. મારે એને થોડાક ફૉર્મલ ડ્રેસીસ અપાવવા હતાં. જે જૉબ ઇન્ટરવ્યૂ વખતે પહેરી શકે. ઘણી બધી દુકાનો ફર્યા, પણ કાંઈ ગમ્યું નહીં. એટલે કે મને ગમ્યું પણ એને ના ગમ્યું. ક્યારેક ડિઝાઇનનો વાંક હતો તો ક્યારેક રંગનો અને ક્યારેક બધું જ બરાબર હોય તો કાપડ બરાબર નહોતું. કદાચ છોકરીઓની ટેવ હોય છે કે શૉપિંગ પહેલા કાંઈ ગમાડવું નહીં. ખરેખર તો એવું હોય છે પહેલા એમને બધું જ જોઈ લેવું હોય છે અને પછી જ નિર્ણય કરવો હોય છે. એટલે હવે અમે અમારી ખરીદીના બીજા તબક્કામાં હતા. મારી ગર્લફ્રેન્ડ ચેન્જિંગ રૂમમાં હતી અને સતત અંદરથી બૂમો પાડતી હતી. કાં તો કોઈ બીજી સાઇઝ લેવા માટે કે કોઈ બીજો કલર લાવવા માટે. જ્યારે જ્યારે એ કાંઈ માંગતી એ અંદરથી એક ડ્રેસ ફેંકતી હતી. જાણે ડ્રેસ સાથે અમે બૅડમિન્ટન રમી રહ્યા હોઈએ એવું લાગતું હતું. એ પાછી કહેતી પણ ન હતી કે એ ટોપ ફેંકે છે કે સ્કર્ટ ફેંકે છે. મારે સતત તૈયાર રહેવું પડતું હતું અને જ્યારે હું તૈયાર ન હોઉં ત્યારે એનું કપડું મારા માથા અથવા મારા ખભા પર આવીને પડતું હતું.

પણ હું તૈયાર હતો. મેં એવું સ્વીકારી જ લીધું હતું કે આ સમય એનો છે. વુમન સેક્શનમાં રહીને લેડી આસિસ્ટન્ટની મદદ વડે જુદી જુદી સાઇઝ અને જુદા જુદા કલર શોધીને હું સિમરને બધું આપવા જતો હતો. બધું ખરેખર રમૂજી હતું. હવે મને શરમ પણ આવતી હતી. જ્યારે આની આ વસ્તુ મેં ૨૦ વાર કરી અને ત્યારે તો ખાસ જ્યારે દર વખતે હું લેડીઝનાં ઇનરવેર સેક્શન આગળથી પસાર થતો હતો ત્યારે તો ખાસ જ. મેં ભગવાનનો આભાર માન્યો કે સિમર એ કશાનો ટ્રાય નહોતી કરતી. મને જુદી જુદી સાઇઝના અને જુદા જુદા કલરના ઇનરવેર પકડીને ચાલવાની કલ્પનાથી પણ ડર લાગતો હતો. સેલ્સગર્લને મારી મૂંઝવણનો ખ્યાલ આવી ગયો. એના ચહેરા પર સ્મિત આવી ગયું. કદાચ એ બધાંના મનમાં એક જ સવાલ હતો – 'તમે ખરેખર કાંઈ ખરીદવાના છો ?'

જ્યારે જ્યારે સિમરને કાંઈ ગમતું હતું એ બારણું ખોલીને મને ડ્રેસ બતાડવાની મહેરબાની કરતી હતી. એકવાર એણે બારણું ખોલ્યું અને જ્યારે એણે મને જોયો એ ખડખડાટ હસી પડી. મારા બંને ખભા પર લગભગ એક ડઝન જેટલાં છોકરીઓનાં કપડાં લટકતાં હતાં. લેડીઝ ગારમૅન્ટ સેક્શનમાં હું સેલ્સમૅન જેવો લાગતો હતો.

'આ, આ તને બહુ જ સરસ લાગે છે.' એ જલદી ખરીદી કરી લે માટે હું દરેક ડ્રેસ માટે આ કહેતો હતો.

અને છેલ્લે ફૉર્મલ કપડાની બદલે અમે રોજબરોજ પહેરાય એવાં કેટલાંક કપડાંઓ લીધાં.

પૉલોનૅક, ફૂલસ્લીવ ટૉપ, લાઇટ બ્લ્યુ અને ગ્રે લાઇનવાળું અને ગ્રે ડેનિમ, જેના પાછળના ખિસ્સા પર છોકરીઓના જીન્સ પર હોય જ એવી ચળકતી ડિઝાઇન હતી એ ખરેખર પરફેક્ટ લાગતી હતી. હું એને જોઈને સ્તબ્ધ બની ગયો. એને પણ મજા આવતી હતી અને ટ્રાયલરૂમની બહાર હોય એવા કાચની સામે જોઈને સિમર જાતજાતની રીતે ઊભી રહેતી હતી.

જે રીતે એ લોકોની વચ્ચે ફરી રહી હતી હું સભાન થઈ ગયો, પણ એને કાંઈ પડી જ ન હતી. ઊલટાની એ તો આજુબાજુના લોકોથી એકદમ બેખબર હતી. એ એકથી બીજા આયનામાં પોતાની જાતને જોવામાં વ્યસ્ત હતી. દરેક કપડાંમાં એ કેવી લાગશે એવું એ દરેક કાચના ખૂણેથી તપાસતી હતી.

ડ્રેસ ખરીદીને પાછાં અમે કારમાં આવી ગયાં.

'તું તો કપડાંઓ ખરીદવામાં મને ભૂલી જ ગઈ.' મેં એને યાદ કરાવ્યું કે કઈ રીતે એ કપડાંઓ ખરીદવામાં ગાંડી હતી.

'હું તને કઈ રીતે ભૂલી શકું, બેબી?' માદક રીતે એ મારી નજીક સરી આવી અને મારા ગાલ ખેંચીને એની પર ચુંબન કર્યું.

મને આનંદ થયો કે અમે જે ખરીદ્યું એ એને બહુ જ ગમ્યું.

ડ્રાઇવ કરતાં કરતાં હું એની સામે જોતો હતો. એણે મારી સામે જોયું, આંખ મીંચકારી અને પછી હસી પડી. એના હાથ મારા વાળમાં રમી રહ્યા હતા. એણે મને ફરી ચુંબન કર્યું. અચાનક જ મેં ગાડીને બ્રેક મારી.

'શું થયું?' એણે પૂછ્યું.

મેં જવાબ ના આપ્યો, પણ એનો ચહેરો મારા હાથમાં લઈ લીધો અને એને ચુંબન કર્યું. એક ક્ષણમાં જ આ બની ગયું. એણે પણ એ જ ઉત્કટતાથી મને ચુંબન કર્યું. એણે મારા હોઠ પર કસીને ચુંબન કર્યું અને એના હાથ મારી પીઠ પર ફરી રહ્યા હતા. એના હોઠનો સ્વાદ હજી મારા મોંમાં હતો. મેં મારો સીટ બેલ્ટ ખોલી નાંખ્યો અને એના પર નમી ગયો. અમે એકબીજાની સામે જોયું. બંનેના હોઠ સહેજ ખુલ્લા હતા. તીવ્ર

ઝંખના જાગી રહી હતી. એણે મારી આંખોમાં જોયું. અનેક આવેગથી અમે ફરી ચુંબન કર્યું. મેં એની ડોકને નાજુકાઈથી પકડી અને એના શરીરના વળાંકો પર આવેગથી ચુંબન કર્યાં.

એણે મારા કાનમાં કહ્યું, 'હજુ જોરથી.'

અમારા ચુંબનોનો અવાજ જાણે કારની શાંતિમાં પડઘા પાડી રહ્યા હતા. એકબીજાના શ્વાસના અવાજો સંભળાતા હતા. ચુંબનનો સમય લંબાતો ગયો. એવું લાગતું હતું કે જાણે પૂરું જ નહીં થાય. અમારા હોઠ એકબીજા સાથે જોડાયેલા હતા. ઍન્થનીની વોક્સવેગનમાં લાંબા સમય સુધી અમારા આલિંગન અને ચુંબનો ચાલતાં રહ્યાં.

સિમરને જેટલો સમય કપડાં પસંદ કરવામાં લાગ્યો હતો એનાથી વધારે સમય.

મોડી સાંજે હું અને સિમર ઇન્ડિયન રેસ્ટોરન્ટમાં ગયાં. સુંદર, માદક કેન્ડલ લાઇટ ડિનર માટે. કેન્ડલની લાઇટમાં એનો સુંદર ચહેરો હું જોઈ શકતો હતો. મને યાદ આવી ગયું કે એ સવારે ઊઠીને તરત દોડી આવી ત્યારે એ ચહેરો કેવો લાગતો હતો. જમતાં જમતાં આરામથી અમે અમારા ભારતમાં રહેલાં કુટુંબ – અમારા દેશ – અમારા મિત્રો અને અમારા ભૂતકાળ વિશે વાતો કરી, ઘરે જતાં જતાં પણ હું સિમર સાથે એ જ વાતો કરતો હતો. ૧૧.૩૦ વાગી ગયા હતા. જ્યાં મેં કાર રોકી એની હૉસ્ટેલ લગભગ ૫૦૦ ફૂટ દૂર હતી. મોહલ્લાની અંધારી અને કાંઈક અંશે વિરાન કહેવાય એવી જગ્યા હતી. બાજુમાં જ કૅનાલ હતી. કૅનાલની આગળના ખુલ્લાં મેદાનમાં મેં કાર પાર્ક કરી. ઉપર વાદળોમાં અડધો દેખાતો ચંદ્ર સંતાકૂકડી રમી રહ્યો હતો. એને નવાઈ લાગી કે મેં કાર કેમ રોકી. એક ક્ષણ માટે હું કાંઈ ન બોલ્યો. સિમર મારા બોલવા માટેની રાહ જોતી હતી. મેં આખરે મોં ઊંચું કર્યું અને એની સામે જોયું.

'હું તારા જન્મદિવસ પર કાંઈ બીજું પણ આપવા ઇચ્છું છું.' ઘેરા અવાજે મેં કહ્યું.

એ મારી સામે હસી અને આંખમાં આશ્ચર્ય સાથે પૂછ્યું, 'શું ? પાછળ મારી ગિફ્ટ્સ તો પડી છે.'

'એવી ભૌતિક વસ્તુઓ નહીં.' મેં જવાબ આપ્યો.

'ઓ.કે.' એણે કહ્યું. પોતાના હાથ વાળ્યા અને મારી સામે ફરીને બેસી ગઈ. એનું ધ્યાન સંપૂર્ણપણે મારામાં હતું. શાંતિ છવાયેલી હતી.

'તને હસવું આવશે, પણ મેં તારા માટે કાંઈ લખ્યું છે.'

'ઓહો. રેજ઼. સાચે ? તું એને મારા માટે ગાઈશ ?' એણે પૂછ્યું. મેં માથું હલાવ્યું. નીચલો હોઠ કરડતી એ મારા ગાવાની રાહ જોઈ રહી. મારા પર મંડાયેલી એની આંખો પ્રેમથી ચમકતી હતી.

હું હસ્યો અને મેં મારી આંખો ફેરવી.

એણે તાળીઓ પાડી અને રાહ જોઈ. મેં ગાવાનું શરૂ કર્યું.

'હમંમં. જાના સુનો.'

એની સામે જોઈને હું અટક્યો. મને લાગ્યું કે હું બરાબર ગાતો ન હતો અને મને શરમ આવી.

'ગાને રેઝ. હું મરી રહી છું સાંભળવા માટે.'

'જાના સુનો કુછ તો કહો, હમ સે યુ ના તુમ રુઠા કરો. '

જેવું મેં એના માટે ગાવાનું શરૂ કર્યું મને ખબર નથી કેમ અને કેવી રીતે પણ કેનાલની આજુબાજુનાં કૂતરાંઓએ ભસવાનું શરૂ કર્યું. મને એ પણ ખબર નથી કે એ મારી સાથે ગાઈ રહ્યાં છે કે રડી રહ્યાં છે.

સિમર અને મેં એકબીજાની સામે જોયું. લગભગ એક મિનિટ સુધી અમે કૂતરાંઓનો ભસવાનો અવાજ સાંભળ્યો અને પછી અમે ખડખડાટ હસી પડ્યા. અમારા આનંદની સામે જાણે કશું જ આવતું ન હતું.

'રેઝ ગાને. ભલે એ બેકગ્રાઉન્ડ મ્યુઝિક આપે.'

મેં આ ત્યારે લખ્યું હતું જ્યારે આપણે ઝઘડ્યાં હતાં અને તું મારી સાથે વાત નહોતી કરતી. ગીતની પાછળની વાર્તા મેં એને જણાવી દીધી.

એણે ડોકું હલાવ્યું અને ફરી ગાવાનું શરૂ કર્યું એની રાહ જોઈ.

'જાના સુનો કુછ તો કહો, હમસે યુ ના તુમ રુઠા કરો,
અપના તો સાથ કુછ ઐસા, જૈસા ચાંદ કા સિતારો સે હો.

જાના સુનો સુનતી રહો હમસે યુ ના તુમ રૂઠા કરો
અપના તો સાથ કુછ ઐસા જૈસા નદીયા કા કિનારો સે હો.

'હમમ. લા. લા. લા.'

હું અટકી ગયો અને મારા આશ્ચર્ય વચ્ચે કૂતરાંઓએ ભસવાનું ચાલુ રાખ્યું. સિમરે મારી સામે જોઈ રહી હતી.

'બસ આટલું જ હતું.' મેં હસતાં કહ્યું.

સિમર હસી નહીં. મારી નજીક આવી અને મારો ચહેરો પકડ્યો. મેં જોયું કે એની આંખો ભીની હતી.

મેં એના કપાળ પર ચુંબન કર્યું. કૂતરાંઓ હજી પણ બેકગ્રાઉન્ડમાં ગાઈ જ રહ્યાં હતાં.

મેં કહ્યું, 'હજી પણ કાંઈક બાકી રહી જાય છે.' એ કાંઈ પણ બોલી શકે એવી સ્થિતિમાં ન હતી. પ્રશ્નમાં એણે ફક્ત પોતાનો ચહેરો ઊંચો કર્યો. હું જોઈ શકતો

હતો કે એ આંસુઓ ખાળી નહોતી શકતી અને હવે એનાં આંસુઓ એનાં ગાલ પર વહી રહ્યાં હતાં. હું શાંતિથી એને જોઈ રહ્યો હતો. મેં એને રડવા દીધી. કદાચ એ એ દિવસ માટે માફી માંગવા ઇચ્છતી હતી, પણ કહી નહોતી શકતી. એનાં આંસુઓ આનંદમાં બદલાઈ જતાં હું જોઈ શકતો હતો.

મેં આગળ કહ્યું, 'તેં મને નવી જિંદગી આપી છે. ભૂતકાળમાં હું પ્રેમમાં હતો. આ બધું જાણે ડી જે વુ જેવું લાગે છે. મને ખબર નથી આવું કેવી રીતે થાય છે. મને એ પણ ખબર નથી જે થઈ રહ્યું છે એ બરાબર છે કે નહીં, પણ થઈ રહ્યું છે એ નક્કી... મારા જીવન તરફ પાછું વળીને જોઉં છું ત્યારે મને થાય છે કે મેં સ્વીકારી લીધું હતું કે મારા ભાગનો પ્રેમ મને મારી યાદોમાંથી જ મળશે. મારે એ યાદો ખોવી ન હતી અને હજુ પણ હું એને ખોવા નથી માંગતો. આ જ કારણ હતું કે હું એવું માનતો હતો કે હું ક્યારેય પણ ફરી પ્રેમ નહીં કરી શકું, પણ હવે બધું બદલાઈ ગયું છે. બીજી બાજુ હું હજી પણ એ યાદો ને મારા દિલની નજીક સંઘરીને બેઠો છું. હું એવું સ્વીકારવા માંગું છું કે એ ભૂતકાળ હતો અને બીજી બાજુ હું મારા ભવિષ્યને કંડારવા માંગું છું. જોકે ભવિષ્યને આકાર આપવા માટે ભૂતકાળ ભૂલવાની જરૂર નથી. યાદો તો રહેશે જ, પણ વાત બદલાઈ ગઈ છે. સાચું કહું છું પ્રમાણિકતાથી કહું તો હું આ બદલાવ માટે જવાબદાર નથી, પણ જ્યારે બધું બદલાઈ જ રહ્યું છે ત્યારે હું મારી જાતને પ્રેમના દરિયામાં ડૂબતાં રોકી નથી શકતો. પહેલા તો મને વિશ્વાસ જ નહોતો પડતો. મારે એ વિશ્વાસ મેળવવા માટે ખાસ્સો સંઘર્ષ કરવો પડ્યો. એને સ્વીકારવા માટે, એને અનુભવવા માટે, એને પચાવવા માટે અને અંતે એને જીવવા માટે... પણ હવે મને વિશ્વાસ પડી ગયો છે અને હું તને કહેવા માંગું છું...' આગળ કહેતા પહેલા હું થોડું અટક્યો, 'હું તારા પ્રેમમાં છું. હા, હું છું અને હું તને પૂછવા માંગું છું તું મારી સાથે લગ્ન કરીશ ? તું મારી બનીશ ?'

મારી તરફ એ ધ્યાનથી જોતી રહી. એની આંખો હજી ભીની હતી. એણે એનું ડોકું હકારમાં ધીરેથી હલાવ્યું અને આંખો બંધ કરી દીધી. એનાં શરીરની ભાષા, એનું હલનચલન દર્શાવતું હતું કે એ જે કહી રહી હતી એ માટે એ એના વિચારોમાં સ્પષ્ટ હતી અને આ વિશે એણે વધારે વિચારવાની જરૂર ન હતી. આસુંઓની સાથે જ એણે મને આલિંગનમાં લઈ લીધો. આનંદની એ પવિત્ર લાગણીઓ અમને ઘેરી વળી અને એ જાદુઈ અસર નીચે અમે બંને ખાસ્સી વાર રહ્યા.

'હા, હું તારી બનીશ.' એણે મારા કાનમાં કહ્યું. મેં એને વધુ થોડીક્ષણો માટે મારા આલિંગનમાં રાખી.

થોડો વધુ સમય પસાર થયો. ખબર નહીં કેટલો, પણ કૂતરાંઓ હવે શાંત થઈ ગયાં હતાં.

એણે કહ્યું કે આ એનો અત્યાર સુધીનો શ્રેષ્ઠ જન્મદિવસ હતો. અમે પાછાં ઘરે આવ્યાં.

'તને શું પડી હોય બેબી, મિટિંગ તો મારી છે ને – અને મિટિંગ નહીં થાય તો જવાબદાર હું ઠરીશ.' કહેતાં કહેતાં મારા ચહેરા પર સ્મિત આવી જાય છે. હું એની સામે જોઈ રહ્યો છું. મેં અગ્નિમાં થોડો ઈંધણ અને ઑક્સિજન નાંખ્યો છે.

રેજ઼, તું હસવાની હિંમત નહીં કરતો – ઓ.કે. સિમર ફરીને મારી સામે જોઈ રહી છે અને એની મોટી મોટી આંખોથી ઊંચી કરેલી આંગળી વડે મને ડરાવી રહી છે.

મહિનામાં એક જ વાર થોડા દિવસો માટે જ મારી મીઠડી પ્રિયતમા દુર્ગા સ્વરૂપ ધારણ કરી લે છે. શરીરવિજ્ઞાનમાં આનું એક મજાનું નામ છે – માસિકના દિવસો. મારી ડિક્શનરીમાં હું આને મારાં નિરાશાનાં દિવસો કહું છું.

દરેક નાની નાની વસ્તુથી એ ચિઢાઈ જાય છે. મારી કોઈ પણ ક્રિયા પ્રતિક્રિયા એને ગાંડી કરી નાંખે છે. તર્ક, હકીકત અને સામાન્યબુદ્ધિ પણ કાંઈ નજરે નથી પડતાં. જોવા મળે છે તો ફકત મૂડસ્વિંગ્સ. હું નૅશનલ બેસ્ટ સેલરનો લેખક આ સમય દરમ્યાન બૉયફ્રેન્ડમાંથી એક ગલૂડિયું થઈ જાઉં છું અને ખાલી સિમરના મૂડને સંભાળવા પૂરતું મારું કામ નથી રહેતું. હું કેમિસ્ટ શૉપમાં સ્ત્રીઓના વિભાગમાં જાઉં છું. મારી શરમને છુપાવવાની કોશિશ કરું છું – હિંમત ભેગી કરું છું અને ધીમેથી કહું છું કે મને શું જોઈએ છીએ.

એના મન્થલી પ્રૉબ્લેમ કરતાં તો એ વધારે મારો મન્થલી પ્રૉબ્લેમ થઈ ગયો છે.

હું મારો કૉન્ફરન્સ કૉલ ઍટેન્ડ કરું છું. નક્કી કર્યા મુજબ જ અમે બહાર નથી ગયાં. એના ઘરે એ ઉદાસ છે અને મારી સાથે વાત નથી કરતી અને મારા રૂમમાં હું એકલો પડ્યો પડ્યો હું એને ખુશ કરવા માટે લખી રહ્યો છું, 'જાના સુનો કુછ તો કહો, હમસે યુ ના તુમ રુઠા કરો.'

૧૫

ઍન્થની અમારા પ્રોડક્ટનાં ફિલ્ડ ઇન્સ્ટોલેશન માટે જર્મની ગયો છે. સવારના પહોરમાં એણે મને એ જણાવવા માટે ફોન કર્યો કે એણે અચાનક જવું પડ્યું છે અને વધારે મહત્ત્વનું તો એ જણાવવા માટે ફોન કર્યો કે વૉક્સવેગન હજી પણ મારી પાસે રહેશે.

'લવ યુ, ઍન્થની અને મહેનત કરજે બરાબર.' મેં એને ફોન પર ચીઢવ્યો.

'બાસ્ટર્ડ.' એણે બૂમ પાડતાં કહ્યું અને સામે કહ્યું, 'તારી છોકરી કરતાં મારી ગાડીનું વધારે ધ્યાન રાખજે.'

મેં આ તકનો પૂરેપૂરો લાભ લીધો. બસમાં ઑફિસ જવાને બદલે હું કાર લઈને ઑફિસે ગયો. મેં મારો ઑફિસ જવાનો સમય બસ સાથે એવી રીતે ગોઠવ્યો કે જેથી કરીને હું બસને ઓવરટેક કરી શકું અને બસમાં જઈ રહેલાં બીજા લોકોને મારી કાર દેખાડી શકું.

મારા સેલફોનને વ્યવસ્થા દ્વારા કારમાં લગાડેલાં સ્પીકર સાથે અને માઇક્રોફોન બ્લ્યુટુથ સાથે જોડી શકાય એવી વ્યવસ્થા હતી. સ્ટિયરિંગ વ્હીલ પર બેઠાં બેઠાં મેં ઍન્થનીને વાત કરતાં જોયો હતો. આ સિસ્ટમને કારણે હેન્ડ્સ ફ્રી પહેરવાની પણ કોઈને જરૂર ન પડે. એકવાર આવા જ સમયે ઍન્થનીએ એની પત્નીનો ફોન ઉપાડ્યો હતો. એને ખબર ન હતી કે હું ઍન્થનીની નજીક બેઠો છું. એણે ફોનમાં એવું તો ચુંબન કર્યું હતું કે કારનાં સ્પીકરમાં એના પડઘા પડતા હતા. ઍન્થની શરમાઈ ગયો હતો.

મેં મારા મોબાઇલને કારની સિસ્ટમ સાથે જોડ્યો અને સંચિતને ફોન લગાવ્યો.

'અરે, તમે ૯.૧૦ની બસમાં છો ?'

'હા. તું કેમ દેખાયો નહીં ?'

'જમણી બાજુ જો.' સંચિત ત્રીજી બારીમાં બેઠો હતો. એણે બહાર જોયું. એ હસ્યો અને મારી તરફ હાથ હલાવ્યો. બીજાઓએ પણ એ જ કર્યું. મેં પણ સામે હાથ હલાવ્યો. થોડીક ક્ષણો માટે તો હું હીરો બની ગયો.

'કોની ચોરી લીધી ?' રિષભે સંચિતનો ફોન ઝૂંટવી લીધો.

'ઍન્થનીની.'

'એ જ ને જેની સાથે તું પુલ રમે છે?'

'હા.'

'રાત્રે ફરવાનો પ્લાન કરીએ પછી – આવીશ?'

'આવીશ, પણ સિમરની સાથે. હા હા હા.'

રિષભે ફોન મૂકતાં પહેલાં મને ગાળો આપી.

મેં આવજો કહ્યું, ફોન મૂક્યો અને બસને ઓવરટેક કરી ગયો.

સાંજે સિમરને લેવા માટે હું ઑફિસથી વહેલા નીકળી ગયો. સાંજ માટે મેં એને કાંઈ જ કહ્યું ન હતું.

હું એને હૉસ્ટેલના દરવાજા પાસે મળ્યો હતો. એણે પર્પલ ડ્રેસ પહેર્યો હતો. પાતળી પટ્ટીઓ એના ખભા પર ઝૂલી રહી હતી. ઘૂંટણથી થોડે ઉપર પર્પલ રંગ થોડો ઘાટ્ટો થતો હતો. એના પગ લાંબા, પાતળા અને આકર્ષિત હતા. ડ્રેસની સાથે મેચ થાય એવા એણે સિલ્વર રંગનાં સેન્ડલ્સ પહેર્યાં હતાં. અમે શહેરની પૂર્વ તરફ ગયાં.

લગભગ પંદરેક મિનિટમાં તો અમે હાઇવે પર પહોંચી ગયાં. સિમરે એના નાનકડા વાદળી કલરના આઇપોડને મ્યુઝિક સિસ્ટમ સાથે જોડી દીધું અને કેટલાક પેપી નંબર્સ વાગવા માંડ્યા. અદ્ભુત સફર હતી આ. વાતાવરણ પણ અદ્ભુત હતું. અમે કન્ટ્રી સાઇડ તરફ જતાં હતાં. રસ્તામાં ઘણાં બધાં નાનાં-મોટાં ગામડાં આવતાં હતાં. દરેક ઘરની આગળ સરસ મજાની હરિયાળી છવાયેલી હતી. કેટલાંક ઘરોમાં વાંસનાં છાપરાં નીચે કેટલાંક પાલતું પ્રાણીઓ પણ હતાં. કોઈ જગ્યાએ સફેદ ઘોડાઓ જોઈને સિમર બહુ જ ઉત્તેજિત થઈ ગઈ. બાદશાહી ઘોડા હોય એવા લાગતા હતા.

હાઇવેના રસ્તાઓ પહોળા હતા અને ટ્રાફિક નહીંવત હતો. પાંચથી આઠ માઇલનાં અંતરે ગૅસ સ્ટેશન આવતું હતું. દૂરથી એક જગ્યાએ કૉફી શૉપનું સિમ્બોલ દેખાયો. અમે ત્યાં રોકાઈ ગયા.

અમે કારમાં ગૅસ પુરાવ્યો અને કૉફી લીધી. બહાર આવીને અમે લોકો કાર પાસે ઊભાં રહ્યાં. નજર સામે જ્યાં સુધી નજર ફરે ત્યાં બસ હરિયાળી છવાયેલી હતી. રસ્તા પર માંડ દૂરથી દેખાય એવી બે કે ત્રણ ટ્રક હતી. છૂટાછવાયા માણસો ફક્ત ગૅસ સ્ટેશન પર જ જોવા મળતા હતા.

સિમર અને હું કારના આગળની તરફ ગયા અને ગરમાગરમ કાપુચીનો સાથે કારના બોનેટ પર ગોઠવાઈ ગયાં. કન્ટ્રી સાઇડનો આ એક આહ્લાદક નજારો હતો. પશ્ચિમી આકાશમાં સૂર્ય ધીમે ધીમે ડૂબી રહ્યો હતો. અવાજ કરતાં પક્ષીઓ પોતાનાં ઘર તરફ પાછાં ફરી રહ્યાં હતાં. સુંદર સાંજ હતી. હવામાં તાજગી હતી. ચારેતરફ હરિયાળી હતી. હાઇવેની બંને તરફ ઊંચાં ઝાડ હતાં. વર્ષો જૂના હશે. કદાચ ૧૦૦

વર્ષ કે કદાચ ૨૦૦ વર્ષ જૂનાં. બહુ જુદું લાગી રહ્યું હતું. અમે વાત નહોતાં કરતાં, અમે પણ એ ક્ષણ ભરપૂર માણી રહ્યાં હતાં.

ઠંડો પવન વારંવાર વળગી પડતો હતો. વારંવાર સિમરના વાળ એના ચહેરા પર આવી જતા હતા અને એ હાથથી પાછળ ધકેલતી હતી. એક વાર જ્યારે એ કૉફી પીતી ત્યારે મેં એના વાળ પાછળ ખસેડ્યા. કાનની નીચે મારી આંગળીના સ્પર્શથી એ ઉત્તેજિત થઈ ગઈ. આશાભરી નજરે એ મારી સામે તાકી રહી. હું પણ એની આંખમાં ઊંડે સુધી તાકી રહ્યો. એની આંખો મને એની તરફ ખેંચી રહી હતી. હું ક્ષણભર માટે એની સામે જોઈ રહ્યો અને પછી જ્યારે મેં મારી જાત પરનો કાબૂ ગુમાવી દીધો, હું મારા ચહેરાને સિમરના ચહેરાની નજીક લઈ ગયો અને કાપુચિનોવાળા એના હોઠને મેં ચૂમી લીધા. મારી પોતાની કાપુચીનો કરતાં એ કાપુચીનો વધારે સારી લાગતી હતી. સિમરે મારો ચહેરો એના હાથમાં લીધો અને મને પ્રલંબ ચુંબન કર્યું. ખુલ્લા આકાશ નીચે એકબીજાને ચુંબન કરવામાં અમને ચિંતા ન હતી. પ્રેમની આ રીતે અભિવ્યક્તિ ફક્ત બેલ્જિયમમાં જ નહીં પરંતુ પશ્ચિમના બીજા દેશોમાં પણ છે. બેલ્જિયમ આ કારણસર મને ગમે છે. અમે હજુ ઍન્થનીની કારના બૉનેટ પર હતાં. એકબીજાને ચુંબનો કરવા માટે અમે વારંવાર જગ્યાઓ બદલતાં હતાં એટલે બોનેટમાંથી અવાજો આવતા હતા. અચાનક જ મને ઍન્થનીએ ફોન પર આપેલી સૂચના યાદ આવી ગઈ, 'તારી છોકરી કરતાં મારી ગાડીનું વધારે ધ્યાન રાખજે' અને હું પાછો હટી ગયો.

અચાનક જ પવન ફૂંકાવા માંડ્યો અને બેલ્જિયમના આકાશમાં કાળાં વાદળો ઊમટી આવ્યાં. સિમરે પોતાના બંને હાથ મારા ડાબા હાથમાં ભરાવ્યા અને હવામાં પગ ઉછાળતી રહી. એ કાંઈક કહેતી હતી જ્યારે મેં એની સામે જોયું. એ હસી પડી. આગલી રાત્રે મેં એના માટે જે ગીત ગાયું હતું એના કેટલાક શબ્દો એને યાદ આવતા હતા. 'જરા સુનો. લા લા લા. હા હા હા.' એ હસી પડી અને કહ્યું, 'રેજી, તું કેટલો ફની છે યાર' અને એ ફરી હસી પડી. નિશ્ચિંત રીતે એને આનંદ કરતી જોવી એ પણ એક લહાવો હતો.

ધીમો વરસાદ શરૂ થઈ ગયો. અમે કારની અંદર ભાગ્યાં. અચાનક જ ભીની માટીની તાજી સુગંધ આવી. મેં કાર શરૂ કરી અને અમે શહેર તરફ પાછાં આવ્યાં. આજુબાજુનું બધું જ શ્વાસ અધ્ધર કરી દે એવું હતું. વરસાદ, પવન, બહાર ફેલાયેલી હરિયાળી, કર્ણપ્રિય સંગીત, ગરમ કાપુચીનો અને ખૂબસૂરત સિમર. જ્યારે જ્યારે વિન્ડ સ્ક્રીન પર વાયપર ફરતું હતું ત્યારે બહારનું દૃશ્ય ચોખ્ખું દેખાતું હતું ક્ષણ માટે અને પાછું ધૂંધળું થઈ જતું હતું. આ એક અદ્‌ભુત સાંજ બની રહેવાની હતી.

લગભગ ૫૦ કિલોમીટરની મુસાફરી પછી અમે પાછા મારે ઘરે આવ્યાં અને સિમરને અહીંયા રહેવું હતું. અમે ભૂખ્યાં હતાં. જમવાનું બનાવતાં પહેલાં અમે લિવિંગરૂમનાં કાઉચમાં પડ્યાં રહ્યાં. અમે જીરારાઇસ અને એગકરી બનાવી. સિમરે સલાડ કાપ્યાં. અમે ટેબલ સજાવ્યું. આ સાંજને વધારે યાદગાર બનાવવા માટે પાછા ફરતાં અમે એક શૅમ્પેઇનની એક બૉટલ પણ ખરીદી હતી. સિમર ક્યારેય શરાબ નથી પીતી અને એના માટે શૅમ્પેઇન ખરીદ્યો, જેમાં ભાગ્યે જ આલ્કોહૉલ હોય છે. હું બૉટલ લઈ આવ્યો અને સિમર ગ્લાસ અને જમવાનું લઈ આવી. લાઇટો બંધ કરી દીધી. ફક્ત ડાઇનિંગ ટેબલની ઉપરની જ લાઇટ ચાલુ હતી. ડાઇનિંગ ટેબલ પ્રકાશિત લાગતું હતું. મેં શૅમ્પિયનની બૉટલ ખોલી અને ફીણવાળું પીણું બૉટલની બહાર ઊભરાવા લાગ્યું. મેં બે ગ્લાસમાં શૅમ્પેઇન ભર્યો અને એક સિમરને આપ્યું. અમે ટોસ્ટ કર્યું – યાદગાર સાંજની યાદગીરીમાં. હૂંફાળા પ્રકાશની નીચે અમે બે જણાં જ હતાં. જમતાં જમતાં પણ અમે સતત વાતો કરી. રાઇસમાંથી નીકળતી વરાળે દૃશ્યને વધુ ધૂંધળું અને રાતને વધારે રોમૅન્ટિક બનાવી દીધી. અમને પણ અંદરથી ઉષ્માનો અનુભવ થતો હતો. જ્યારે બહાર વરસાદને કારણે બધું જ ઠંડુંગાર થઈ ગયું હતું. સિમર અને હું ખાતાં-પીતાં જીમમાં પહેલીવાર મળ્યો એ વાતને યાદ કરતાં હતાં.

એ પહેલી રાત હતી જે સિમર મારી સાથે ગાળવાની હતી. કલાક પછી એ મારી બાહોમાં હતી. એની પીઠને મેં મજબૂતીથી પકડી રાખી હતી. કલાક પછી હું એના ખભા પર હાથ રાખીને ઊભો હતો. અમે બાલ્કનીમાં હતાં. એ જ જગ્યા જ્યાં સિમર અને હું મારી બર્થ-ડેના દિવસે હતાં. હજી પણ ત્યાં આછો પ્રકાશ હતો. વરસાદનો અવાજ અને ઠંડી હવાનો અમે આનંદ લેતાં હતાં. એણે પોતાની પીઠ મારી પર ઢાળી. પાછળથી મારા હાથ મેં એને વીંટાળી દીધા. મારી દાઢી હવે એના જમણા ખભા પર હતી. એકબીજાની ઉષ્મામાં વીંટળાયેલા દૂર સુધી તાકતાં અમે ઊભાં હતાં. એને ગરમ લાગતું હતું – એણે કહ્યું. તોફાની રીતે મારી આંગળી એના ડ્રેસ પર, એની પીઠ પર અને એની નાભી સુધી પહોંચી. એ ખડખડાટ હસી પડી જ્યારે એની નાભીની ઊંડાણમાં મેં મારી આંગળી ગોળ ફેરવી.

એણે મારા કાનમાં ધીમેથી કહ્યું, 'એવું ન કર. મને મારા પેટમાં પતંગિયાં ઊડતાં હોય એવું થાય છે.'

મોડી રાતે અમારા બેડરૂમમાં અમે એકબીજાને પ્રેમ કર્યો. બહાર વરસાદ પડતો હતો. પહેલીવાર અમે એકબીજાને સંપૂર્ણ ઓળખ્યાં. મેં એના શરીરના તમામ ભાગ પર ચુંબન કર્યાં. મને ખબર હતી કે સિમરને આનંદ આવી રહ્યો છે એટલે હું એ કરતો રહ્યો.

અમારી જિંદગીનો સૌથી વધુ પ્રેમભર્યો એ દિવસ હતો.

'હું આ સાંજને ક્યારેય નહીં ભૂલું.' — એણે મને કહ્યું.

'હું ખુશ છું કે આપણે બંને સાથે છીએ.'

જ્યારે રાત્રે સૂતાં ત્યારે ઘણું મોડું થઈ ગયું હતું. વરસાદ અટકી ગયો હતો.

૧૯

જુલાઈ મહિનો અડધો પસાર થઈ ચૂક્યો હતો. ઉનાળો એની ચરમ સીમાએ હતો.

વેસ્ટર્નયુરોપમાં વર્ષનાં આ સમય દરમ્યાન દિવસો ખૂબ લાંબા હોય છે અને સૂર્યનો પ્રકાશ રાતનાં ૯.૦૦ સુધી રહે છે. ઘણીવાર તો રાતના ૯.૩૦ સુધી પણ હોય છે. બેલ્જિયમની રાતો પણ લાંબી હોય છે. આવી સાંજો દરમ્યાન સિમર અને હું જીમમાં અમારો સમય પસાર કરતાં હતાં.

એકવાર સૂર્ય આથમ્યા પછી હું અને સિમર મળ્યાં ત્યારે સિમરે પોતાની એક ખાનગી ઇચ્છા મને કહી. એને નશો કરવો હતો. મને આનંદ સાથે આશ્ચર્ય થયું. એણે કહ્યું કે આ પહેલાં એણે ક્યારેય નશો નથી કર્યો. એ દિવસે પીધેલા શૅમ્પેઇન સિવાય. શૅમ્પેઇનમાં તો આમ પણ બહુ જ ઓછો નશો હોય છે.

'આવું કરવાની તને ઇચ્છા કઈ રીતે થઈ ?' મેં પ્રશ્ન કર્યો.

'બસ એમ જ.' એણે જવાબ આપ્યો. હું એની સામે જોતો રહ્યો. એવું માનીને કે પ્રશ્નના જવાબમાં સિમર હજી કાંઈક કહેશે પણ એણે કાંઈ જ ના કહ્યું. બસ આટલું જ.

'બિગ ડીલ.' એણે હસી પડતાં કહ્યું.

મેં ફરી પૂછ્યું, 'ચોક્કસ ?'

એણે હા પાડી અને મારા જવાબની રાહ જોઈ. મને વિચિત્ર લાગતું હતું, છતાં પણ કંઈ ગાંડપણ કરાવાની એની ઇચ્છાથી મને મજા આવતી હતી.

'તને એવું લાગે છે કે આ ખરાબ વસ્તુ છે ?' એણે નિર્દોષતાથી પૂછ્યું. એની આંખો મને ના પાડવા સૂચવી રહી હતી.

એની આંખોએ જે કહ્યું મેં એ જ કર્યું.

થોડી જ વારમાં અમે નજીકના ચાઇનીઝ રેસ્ટોરન્ટમાં હતાં. અમને બંનેને ચાઇનીઝ ફૂડ પસંદ હતું અને કેટલાંક ફૂડ જોઇન્ટ્સ શોધી પણ નાંખ્યાં હતાં. સિમરે ખૂણામાં પડેલો સોફો બેસવા માટે પસંદ કર્યો. બારની બરાબર નજીક અમે બેઠાં. સગવડ તો હતી જ, પણ એનાં કારણે અમને જોઈતું એકાંત પણ અમને મળી રહેતું હતું.

વેઇટરે સિમરને મેનુ આપ્યું. સિમરને નિર્ણય લેતાં હું જોઈ રહ્યો. એની પસંદગી બૉટલ કેટલી સુંદર દેખાય છે એના પર હતી. એમાં રહેલાં તત્ત્વો પર નહીં. એટલે એણે એનો સમય બારની બૉટલો જોવામાં પસાર કર્યો. એક બાળકની જેમ આલ્કોહૉલ જેવી વસ્તુ પસંદ કરવાની એની રીત પર મને મજા આવતી હતી. બધી બૉટલો જોવામાં એણે લગભગ દસેક મિનિટ જેટલો સમય વિતાવ્યો અને પછી મૂંઝવણમાં મારી પાસે આવી.

'રેજ્ઞ, બધી જ બૉટલ સરસ લાગે છે – આપણે શું પીવું જોઈએ ?'

કેટલીક જગ્યાએ સિમર બહુ જ મીઠી રીતે વાત કરે ત્યાં તરત જવાબ હું નહોતો આપી શકતો. હું સિમરમાં રહેલી નાની બાળકીને જોતો. એનું બાળપણ મને બહુ ગમતું. એ નિર્દોષતાથી એના મગજમાં શું વિચારતી હશે એ જોવું મને ગમતું. મને એની આંખો જોવી ગમતી. હું એની આંખો જોઈ રહ્યો હતો. એની આંખો વારંવાર મારી અને બૉટલની તરફ ફરતી. મારે એના હોઠ જોવા હતા. જ્યારે હસતી હતી ત્યારે કેવો વળાંક લેતા હતા અને એના નીચલા હોઠને એ કેવી રીતે દાંત નીચે દબાવતી હતી. એક બૉટલ એને ગમી નહીં ત્યારે એણે એનું નાક કેવી રીતે એણે સંકોડ્યું એવું મારે જોવું હતું. એની આંખની પાંપળો ખોલબંધ થતી હતી અને એકબીજા સાથે અથડાતી હતી. એના ચહેરા પરના ભાવની એકએક ક્ષણ હું માણવા ઇચ્છતો હતો. જ્યારે પણ આવી ક્ષણ મળતી હું એવું જ ઇચ્છતો કે હું એની સામે જ જોઈ રહું અને અનંતકાળ સુધી બસ જોઈ જ રહું. હું હંમેશાં શાંત થઈને એને જોતો જ રહેતો. કાંઈ જ બોલતો નહીં.

પણ જ્યારે હું આવું કરતો એ શરમાઈ જતી અને મને આગ્રહ કરતી કે હું મારી નજર હટાવી લઉં.

સિમરનો શરાબ સાથેનો આ પહેલો પરિચય થવાનો હતો. એણે મારા કહેવા પ્રમાણે બિયરની પસંદગી કરી. મેં એને બે કારણો આપ્યાં – એક તો બધાં પીણાંમાં સૌથી ઓછો આલ્કોહૉલ બિયરમાં હોય છે અને બીજું કારણ બેલ્જિયમ એના બિયર માટે જાણીતો છે. મારું પહેલું સૂચન એને બહુ માન્ય ન આવ્યું. એની યોજના તો કોઈ સારાં સ્વાદવાળા આલ્કોહૉલ લેવાની હતી. કેટલાં પ્રમાણમાં આલ્કોહૉલ છે એની સાથે એને કોઈ લેવાદેવા જ ન હતી, પણ સદ્ભાગ્યે મારું બીજું સૂચન એને માન્ય રાખ્યું. બિયરનો ઑર્ડર કરતાંની સાથે જ એનામાં અધીરાઈ આવી ગઈ બિયર પીવાની. એની આંખમાં મને એ ઉત્તેજના દેખાતી હતી. બાર અને બૉટલ વિશેના એના પ્રશ્નમાં પણ એનો ઉત્સાહ દેખાતો હતો.

વેઇટરે અમને નાસ્તા સાથે બિયર આપ્યો. સિમર બસ થોડી જ ક્ષણો દૂર હતી બેલ્જિયમનાં જાણીતાં આલ્કોહૉલિક પીણાંનો સ્વાદ કરવાથી. એને આ ક્ષણ આ રીતે

જ યાદ રાખવી હતી. મેં એને નાનકડી ટીપ આપી કે ચિયર્સ કેવી રીતે કરવું અને પછી ગ્લાસને ફર્સ્ટ સીપ ભરીને ટેબલ પર કેવી રીતે મૂકવો. સિમરે એના ઉત્સાહને કાબૂમાં લઈને મારી સૂચનાનું સંપૂર્ણ પાલન કર્યું.

પણ જેવો એણે બિયરનો સ્વાદ ચાખ્યો એનો ઉત્સાહ ઊભરાની જેમ બેસી ગયો. એણે બહાદુરીનો દેખાવ કરીને કાંઈ કહ્યું નહીં પણ જે રીતે પહેલા સીપની સાથે એની આંખો જોરથી બંધ થઈ ગઈ ત્યારે સત્ય સામે આવી ગયું. એની ધારણા મુજબનો સ્વાદ ન હતો. એના હોઠની ઉપરની તરફ ફીણની બનેલી સફેદ મૂછ દેખાતી હતી.

'કેવું છે ?' મેં હસતાં પૂછ્યું. મને રાહ હતી કે એ શું કહેશે.

'મને ખબર હતી કે ખરાબ લાગશે પણ મારા મિત્રોએ મને એમ જ કહ્યું હતું કે આલ્કોહૉલ એવો જ લાગે.' એણે જવાબ આપ્યો.

મને એની વાત ગમી.

'ધીમેધીમે પી અને દરેક સીપની સાથે કાંઈક ખા. એનાથી વધારે મજા આવશે.' મેં સાચવતાં કહ્યું.

શરૂઆતનાં કેટલાંક સીપ દરમ્યાન સિમર એનાં સ્વાદ સાથે સંઘર્ષ કરતી રહી. એવું દેખાઈ રહ્યું હતું કે ગળેથી ઘૂંટડો ઉતારતાં એને તકલીફ પડતી હતી. જેમ જેમ સાંજ આગળ વધતી ગઈ સિમર શ્રેષ્ઠ રીતે સમજતી ગઈ, સ્વીકારતી ગઈ અને આવકારતી ગઈ આલ્કોહૉલના સ્વાદને.

રેસ્ટોરન્ટમાં અમે અમારા વિશે અને આજુબાજુનાં લોકો વિશે વાતો કરતાં રહ્યાં. અમે નાસ્તાના સ્વાદ વિશે અને બિયર વિશે વાતો કરતાં રહ્યાં. મોટા ભાગના સમયમાં તો હું આલ્કોહૉલ વિશેનું મારું જ્ઞાન જ પ્રદર્શિત કરતો હતો. હું જો કે એટલું બધું પીતો નથી, પણ મને અનુભવ તો હતો જ.

બહુ જ જલદી એવો સમય આવ્યો કે શરાબે એની અસર દેખાડી. એના મગજના જ્ઞાનતંતુઓ આનંદિત થઈ ગયા. આવું ત્યારે જ થાય છે કે સ્વાદ સાથેનો સંબંધ નથી રહેતો. અમે પીવાનું અને ખાવાનું ચાલુ રાખ્યું અને અમે ખૂબ વાતો કરી. અમે ગાંડીઘેલી વાતો કરી. ખરેખર તો સિમર ગાંડીઘેલી વાતો કરતી હતી. હું તો બસ સિમર જે કહેતી હતી એ જ રીતે એની વાતનો જવાબ આપતો હતો. એની સાથે રહેવું મને ગમતું હતું. એના સ્વભાવની સાવ જુદી જ બાજુ જોવાનો મને આનંદ આવતો હતો. કડવા લાગતાં બિયરમાંથી પણ આનંદ મેળવવાની રીત મને ગમતી હતી. એણે પોતાની જાતને વહેવા દીધી, શરાબનાં નશાને ચઢવા દીધો, કારણ કે એ જાણતી હતી કે હું એની સાથે હતો. મારી સાથે એ સુરક્ષા અનુભવતી હતી.

પણ અચાનક જ હવે હું મારા વિશે વિચારવા લાગ્યો. મારી ગર્લફ્રેન્ડને ફક્ત એક બિયર પણ ચઢી ગયો હતો અને હવે એણે ગીતો ગાવાનું શરૂ કર્યું હતું.

હિન્દી ગીતો, એ પણ ચાઈનીઝ રેસ્ટોરન્ટમાં અને એ પણ બેલ્જિયમ લોકોની વચ્ચે.

મારે સિમરને મજા કરવા દેવી હતી, પણ લોકો વચ્ચે શરમ આવે એવી રીતે નહીં પણ એ રોકાતી જ ન હતી. સદ્નસીબે અમારી એકદમ આજુબાજુ લોકો બેઠેલાં ન હતાં અને એ એટલું મોટેથી ગાઈ નહોતી રહી. એણે એક જ લાઈન ગાઈ અને મને ચીડવવા માટે એકની એક લાઈન ના જાણે કેટલીવાર ગાઈ.

'આજા આજા નીલે, લાલા લાલા લા.જય હો.'

અને દરેક વખતે બરાબર બે સેકન્ડ પછી એ ફરી ઉમેરતી – 'જય હો.' એના ગીતનો આ સંભળાય એવો એક જ ભાગ હતો.

હું એને નિયંત્રણમાં લાવવાનો પ્રયત્ન કરતો હતો પણ જયારે એણે મને પૂછ્યું હું હસવાનું રોકી ન શકયો. એણે મને પૂછ્યું, 'રેજ઼, તને એ. આર. રહેમાન નથી ગમતો નહીં ?'

હવે એ સંપૂર્ણ નશામાં હતી. એના શરીરના હાવભાવ પરથી પણ એવો જ ખ્યાલ આવતો હતો.

બારટેન્ડર્સ અને વેઈટર અમને તાકી રહ્યા હતા એ જોઈને હું ચિંતાતુર થઈ ગયો અને સિમરને બરાબર વર્તન કરવા આગ્રહ કરવા લાગ્યો. નૈતિકતાથી એને વર્તવાની ના પાડી હોય એવી રીતે મારી સામે જોવા લાગી. મેં જલદીથી વેઈટરને બોલાવ્યો અને જમવાના ઑર્ડર કરવા માટે મેનુ કાર્ડ મંગાવ્યું.

જેવો વેઈટર અમારા ટેબલ નજીક આવ્યો સિમરે તરત એની નેમપ્લેટ વાંચવાનો પ્રયત્ન કર્યો. વાંચવા માટે એ વેઈટરની ખાસ્સી નજીક પણ ગઈ.

'લી.' એણે કહ્યું અને વાંચવાનું ચાલુ રાખ્યું. 'ચાંગ.' અઘરામાં અઘરાં લાગતા નામના પાછળના બે શબ્દોના સ્પેલિંગ પણ એ બોલી નાંખત પણ મેં એને રોકી.

'સિમર.'

'હમં.' એણે કહ્યું અને એનું ધ્યાન મારી તરફ કેન્દ્રિત કર્યું. આ દરમ્યાન એ સતત હસતી હતી.

'માફ કરજો.' મેં વેઈટર પાસે સિમરનાં વર્તન માટે માફી માંગી પછી મેં સિમરને પૂછ્યું કે એ જમવામાં શું લેશે. એ આજુબાજુ જોઈને નક્કી કરતી રહી કે એને શું જમવું છે.

'પેલા લોકો નાનકડા ગ્લાસમાં લીંબુ સાથે શું પીવે છે ?' કેટલાંક લોકો તરફ આંગળી કરતાં એણે મને પૂછ્યું.

મેં પાછળ જોયું.

'એ ટકીલા છે.' મેં સિમરને જવાબ આપ્યો અને ફરી પૂછ્યું કે, 'જમવામાં શું લેશે ?'

પણ એણે મારી સંપૂર્ણ અવગણના કરીને ચીસ પાડી, 'ઓહ. ટકીલા શોટ્સ.'

મેન્યુમાં જે થોડીઘણી માહિતી આપી હતી એમાં એણે થોડી પોતાના તરફથી મળેલી માહિતીને ઉમેરી. મને ખબર હતી કે જમવા વિશે એ કોઈ પણ પ્રકારનાં સજેશન નહીં આપે.

મેં મેન્યુમાં જોયું અને ફ્રાઇડ રાઇસ અને ગાર્લિક સૉસ સાથે કેટલાંક વેજિટેબલ્સ મંગાવ્યાં. વેઇટર ટેબલ પાસેથી જતો રહ્યો અને હું જોઈ રહ્યો હતો કે સિમર હજી પણ એણે પહેલાં કરેલી વાતની હું હા પાડું એની રાહ જોતી હતી.

'હા, એ ટકીલા શોટસ છે.'

એણે તાળીઓ પાડી અને માંગણી કરી, 'મારે પણ ટકીલા પીવું છે.' સિમર એક બિયરની બૉટલ પીને નશામાં આવી ગઈ હતી અને બિયરનો બીજો ગ્લાસ એણે અડધો પૂરો કરી નાંખ્યો હતો.

'ના, ડિયર.' મેં એને રોકવાનો પ્રયત્ન કર્યો, 'આ છેલ્લો છે અને તારે બે જુદાં જુદાં પીણાંને ભેગા ન કરવા જોઈએ.'

એક બાજુ હું એની સાથે હસીને આરામથી પીવા માટે વાત કરતો હતો. જ્યારે બીજીબાજુ હું રેસ્ટોરન્ટનાં બીજા માણસોની પ્રતિક્રિયાથી થોડો ચિંતામાં પણ હતો. મેં એને સમજાવવાનો પ્રયત્ન કર્યો કે આપણે જાહેર જગ્યામાં છીએ અને આપણે બરાબર રીતે વર્તવું જોઈએ.

એકપણ શબ્દ બોલ્યા વગર એણે ડોકું ધુણાવ્યું. એણે એટલી જોરથી હા પાડી કે એનું પૂરું માથું પાછળ ગયું અને આગળ આવ્યું – ત્રણવાર અને પછી એણે પોતાના પગ સોફા પર લઈ લીધાં અને આરામથી બેસી ગઈ. મેં મારા હસવા પર કાબૂ મેળવ્યો અને પછી બે જુદા જુદા વિચારો મને આવ્યા.

એ એક જ ક્ષણે એ મને એને પ્રેમ કરવા ઉત્તેજિત રહી હતી અને એ જ ક્ષણે એ મારી વાટ પણ લગાડી રહી હતી.

'સિમર, સોફા પરથી પગ નીચે લે અને સરખી રીતે બેસ.' મેં લગભગ એના પર બૂમ પાડી.

'શી...સ' એણે એના હોઠ પર આંગળી મૂકીને મને કહ્યું – આપણે જાહેર જગ્યાએ છીએ. રવીન બૂમો નહીં પાડ. એણે એની આંખો બંધ કરી અને થોડા સમય માટે રિલેક્સ થઈ ગઈ. એનાં પીણાંને એ સંપૂર્ણ રીતે માણી રહી હતી.

એનો ગ્લાસ લઈ લેવાનો પૂરતો સમય હતો મારી પાસે. એણે વિરોધ કર્યો છતાં પણ મેં એનો ગ્લાસ લઈ લીધો. મેં એને વાતોમાં વ્યસ્ત રાખવા પ્રયત્ન કર્યો. મારે એનું ધ્યાન બીજે કેન્દ્રિત કરવું હતું જેથી કરીને એ થોડી ગંભીર થાય. મેં એમ.બી.એ. પ્રોજેક્ટ વિશે વાત કરી. એણે બહુ વિગત ના આપી અને બધું બરાબર ચાલે છે એમ

કહીને વાત પતાવી દીધી. મેં એના મિત્રો વિશે વાત કરી. બધાં બરાબર છે એમ કહી દીધું. શરાબનાં નશા હેઠળ બધા પ્રશ્નોના એ હકારાત્મક જવાબો એ આપતી હતી.

અમે વાતોમાં જ હતાં એ જ સમયે એક મુશ્કેલી ભરી ઘટના બની. એના મોબાઇલ પર કૉલ આવ્યો – એની મમ્મીનો.

એણે મને એનો મોબાઇલ બતાવ્યો અને હું ફક્ત એટલું જ બોલી શક્યો – ધત્તતેરી કી. સિમર એની મમ્મી સાથે વાત કરવાની સ્થિતિમાં જ ન હતી. જોકે એની મમ્મી ક્યારેય એમ વિચારી ન શકે કે સિમરે નશો કર્યો હશે.

હું સિમરને જોઈ રહ્યો હતો. એવું લાગતું હતું કે એના મગજનો એકભાગ આવનારી ગંભીર સ્થિતિ માટે તૈયાર થઈ રહ્યો હતો અને મગજનો બીજો ભાગ શું થઈ રહ્યું છે એ સમજી નહોતો શકતો.

જેમ જેમ ફોનની રિંગો વાગતી રહી મારો તણાવ વધતો ગયો. એકબાજુ સિમર પોતે ચિંતા કરતી હતી અને બીજી બાજુ મારી ચિંતા જોઈને એને હસવું આવતું હતું. એણે પીધેલી હાલતમાં એની મમ્મીને મારી મમ્મી ધારી લીધી હતી. એને હસવું આવતું હતું એ વિચારીને કે પીધેલી હાલતમાં હું મારી મમ્મી સાથે કેવી રીતે વાત કરીશ. મને એવી લાગણી થતી હતી કે અત્યાર સુધીમાં અમને ધ્યાનપૂર્વક જોઈ રહેલાં બારટેન્ડર્સને ૧૦૦ ટકા ખાતરી થઈ ગઈ હશે કે અમે ગાંડાં થઈ ગયાં છીએ. ઉચાટમાં ને ઉચાટમાં એનો ફોન સાઇલન્ટ કરવાનાં બટન પર મેં હાથ મૂક્યો. એક રિંગ વાગી અને અમે ફોન ના ઉપાડ્યો અને તરત બીજી રિંગ વાગી. મેં સિમરને શાંતિથી બેસવા કહ્યું અને ક્યાંય ન જવા કહ્યું. પછી હું ગૅલેરીમાં બહાર ગયો અને ફોનને ડિસકનેક્ટ કર્યો. પછી મેં તરત જ સિમરની મમ્મીનો ફોન નંબર લીધો અને સિમરનો ફોન સ્વિચઑફ કરી દીધો. મારા મનમાં એક યોજના હતી.

મેં એની મમ્મીને મારા ફોન પરથી ફોન કર્યો. જ્યારે સિમરે મારી ઓળખાણ કરાવી ત્યારે આ અગાઉ હું એમની સાથે વાત કરી ચૂક્યો હતો. અત્યારે તો એ જ વસ્તુ મારા લાભમાં હતી.

'હેલ્લો આન્ટી.' મેં કહ્યું.

'હલ્લો રવીન, કેમ છે તું ?' એણે પૂછ્યું.

'હું ઠીક છું આન્ટી. સિમરે હમણાં જ એની ફ્રેન્ડનાં મોબાઇલ પરથી મને ફોન કરેલો.' મેં કહેવાનું ચાલુ રાખ્યું. કોઈ પણ વાર્તા બનાવવી જરૂરી હતી અને એની ઉતાવળ પણ.

'હા, હું એને ફોન કરવાનો પ્રયત્ન કરું છું, પણ એ ફોન ઉપાડતી નથી.' આન્ટીએ કહ્યું.

હા, હા, આન્ટી. એના ફોનની બૅટરી ઓછી હતી અને જેવો એણે ફોન ઉપાડ્યો

ફોન સ્વિચઑફ થઈ ગયો. એ એનાં કૉલેજ ફ્રેન્ડની સાથે પાર્ટીમાં છે અને એણે મને કહ્યું છે કે એ તમને કાલે સવારે ફોન કરશે.' હું જુઠ્ઠું બોલ્યો.

'અચ્છા અચ્છા.' મેં બે વાર રિંગ મારી, પણ પછી જ્યારે મેં રિંગ મારી એનો ફોન સ્વિચઑફ થઈ ગયો હતો.

'હા આન્ટી, એટલે જ એણે એની ફ્રેન્ડના ફોન પરથી મને રિંગ કરી.'

'કાંઈ વાંધો નહીં બેટા. બાકી તું કેમ છે?' એમણે પૂછ્યું. મેં નિરાંતનો શ્વાસ લીધો અને થોડું વધારે જુઠ્ઠું બોલવાનું ચાલુ રાખ્યું, 'હું ઠીક છું આન્ટી. મારે ભારતની ઑફિસોના માણસો સાથે કૉન્ફરન્સમાં વાત ચાલે છે માટે થોડી ઉતાવળમાં છું.' હકીકતમાં મને રેસ્ટોરન્ટમાં પાછા જઈને સિમરને જોવાની ઉતાવળ હતી.

આ દુનિયામાં એક સ્ત્રીને સંભાળવી અઘરી છે જ્યારે હું તો બે બે સ્ત્રીઓને એક સાથે સંભાળી રહ્યો હતો. વધારે ખરાબ વાત તો એ હતી કે એ બંને મા-દીકરી હતાં.

જેવો મેં ફોન પતાવ્યો હું દોડીને ડાઇનિંગ હૉલમાં ગયો. મને ખબર પડી કે મારી તકલીફ હજી ઓછી નથી થઈ. સિમર એની જગ્યા પર ન હતી. એ બારમાં હતી.

ટકીલા શોટસનાં બે નાના ખાલી ગ્લાસ સિમરની આગળ પડ્યા હતા. લીંબુ પર મીઠું નાંખીને એ ચૂસવામાં વ્યસ્ત હતી. હું તરત એની પાસે દોડ્યો. હવે સિમર સંપૂર્ણ પીધેલી હતી. એની આંખો પણ એ ખોલી નહોતી શકતી. મેં બારટેન્ડર્સ તરફ ગુસ્સા ભરી નજર ફેંકી અને બૂમ પાડી – તમે એને પીરસ્યું જ શું કામ?, પણ બસ હું ફક્ત એટલું જ કરી શક્યો. સિમરને આપવામાં એ લોકો કાંઈ ખોટા ન હતા. ગમે તો ય સિમર ગ્રાહક હતી અને એમને શું ખબર હોય કે સિમર આજે પહેલી વાર શરાબનો નશો કરી રહી છે? આ બધા જ પ્રશ્નો જોતાં મેં એવું નક્કી કર્યું એ આ શરાબ પીવાનો એનો છેલ્લો દિવસ હશે. ત્યાં સુધીમાં અમે ઑર્ડર કરેલું જમવાનું આવી ગયું પણ મારી ભૂખ સંપૂર્ણ મરી ચૂકી હતી. સિમર તો કાંઈ ખાઈ શકે એવી પરિસ્થિતિમાં હતી જ નહીં. એની અર્ધબેભાન જેવી અવસ્થામાં એણે મને એવું પૂછ્યું કે મેં મારી મમ્મી સાથે વાત કરી કે નહીં? મેં મારી મમ્મીને મૂર્ખ બનાવી કે નહીં?

સિમરને હાઇબાર ટેબલ પરથી માંડ માંડ ઊભા થવામાં મેં મદદ કરી. ચાલ આપણે કાંઈ ખાઈ લઈએ. તને બહુ ભૂખ લાગી હશે.

એની સીટ પર બેસીને એણે એનું માથું સોફાની પીઠ પર ઢાળી દીધું હતું. મને જરાયે ભૂખ નથી એવું બોલતાં બોલતાં પણ એની આંખો ખૂલી શકતી ન હતી.

પછી એણે કાંઈ ગણગણવાનું શરૂ કર્યું. એ વચ્ચે વચ્ચે કાંઈ બોલતી હતી અને મને પણ કાંઈ કહેતી હતી. મેં દુઃખ સાથે એની તરફ જોયું. હું એવું વિચારતો હતો કે આ પરિસ્થિતિને હું વધારે સારી રીતે સંભાળી શક્યો હોત અને એને આટલું પીવા દીધું ન હોત. અત્યાર સુધી અમે પૂરતો તમાશો કરી ચૂક્યાં હતાં અને રેસ્ટોરન્ટના

તમામ માણસો મારી ગર્લફ્રેન્ડ શું કરી રહી છે એ જોઈ ચૂક્યા હતા. મારે આ જગ્યા છોડી દેવી હતી એટલે જ મેં વેઇટરને બોલાવીને ખાવાનું પેક કરી આપવા કહ્યું.

આખાય સમય દરમ્યાન સિમર કાંઈક ગણગણીને કહી રહી હતી. વચ્ચે વચ્ચે એની આંખો ખોલ બંધ થતી હતી.

પહેલાં એણે મને પૂછ્યું કે એને શું થયું છે અને એ ઠીક છે કે નહીં. મેં એનો હાથ મારા હાથમાં લીધો અને કહ્યું કે તું પીધેલી છે, સિમર. પણ તું સુરક્ષિત છે. મને પૂછ્યા વિના તારે એકલા એ ટકીલા પીવા જેવું ન હતું અને મેં મારી નારાજગી ધીમેથી વ્યકત કરી. હું જે કહેતો હતો એ એના મગજે થોડું જ સાંભળ્યું અને પછી ફરી એ ઘેનમાં પડી ગઈ. પછી જ્યારે એ ઊઠી એણે એનું માથું ફરતું હોવાની ફરિયાદ કરી. મેં એને આગ્રહ કર્યો કે એ મારી સાથે વાત કરે અને સૂઈ ના જાય. એણે હા પાડી અને મારી આંખમાં જોયું. પછી એણે હસીને મને કહ્યું, 'રેજી, તું બહુ ક્યુટ લાગે છે.' ઉચાટ અને નર્વસનેસની આટલી ક્ષણો પછી એના આ વાક્યે મારા ચહેરા પર સ્મિત આવી ગયું. 'હું તારું ક્યુટ નાક ખાઈ જાઉં ?' મેં હસીને એની અવગણના કરી.

પાર્સલ અને બિલ લઈને આવવામાં વેઇટર ઘણી વાર કરતો હતો. મેં ત્યાં કોઈને પણ જલ્દી કરવા કહ્યું. મારે ત્યાંથી બને એટલાં જલદી નીકળી જવું હતું. એ જ ક્ષણે સિમરે એના બાળક જેવા અવાજમાં હસવું આવે એવું જાહેર કર્યું – 'રેજી, મને બાથરૂમમાં જવું છે.'

'હમં. અહીંયા છે.' આ બાજુ. મેં મારો હાથ ઊંચો કર્યો અને લેડીઝ બાથરૂમ એને દેખાડ્યું. મને લાગ્યું કે શરીરમાં રહેલી આલ્કોહૉલની અસરને ઓછી કરવામાં ઘણું લાભદાયી થશે પણ અહીંયા તો જાણે ધડાકો થયો.

'પણ મારે તારી સાથે જવું છે.' એણે કહ્યું.

'શું ?' હું એની નિખાલસતા પર હસી પડ્યો.

'હું તને દરવાજા સુધી લઈ જવામાં મદદ કરું ?' મેં પૂછ્યું.

'ખાલી દરવાજો નહીં બેબી.' એણે મુશ્કેલીથી આંખ ઉઘાડીને મારી સામે જોયું.

'તો પછી ?' મેં પૂછ્યું અને પાછો અટકી ગયો.

એણે એના વિચારોને ગોઠવવામાં થોડો સમય લીધો અને પછી કહ્યું, 'ચાલ, આપણે બંને સાથે બાથરૂમમાં જઈએ.' મેં મારી જીભને બટકું ભર્યું. એક ક્ષણ માટે અમે બંને એક બાથરૂમમાં હોઈએ એવું કલ્પી રહ્યો હતો. પછી મેં એવી કલ્પના કરી કે હું છોકરીઓના બાથરૂમમાં જઈ રહ્યો છું અને બધી જ સ્ત્રીઓ મને ઘેરી રહી છે. એમના વિચિત્ર હાવભાવ હું કલ્પી રહ્યો. આવા બધા દબાણને કારણે મને પણ બાથરૂમ જવાની ખરેખર ઇચ્છા થઈ આવી.

પણ હું જોઈ રહ્યો હતો કે સિમર જે ઇચ્છતી હતી એ જ મારી પાસે કરાવવા

ઇચ્છતી હતી. એના મનમાં શંકા હતી કે હું એવું કરીશ કે નહીં.

'રેજ, બોલને રેજ.' એણે આગ્રહ કર્યો.

'ના, ડાર્લિંગ. એ ઠીક નથી.'

'શું નહીં, રેજ?' એણે માંગણી કરી. એને મારો જવાબ મંજૂર ન હતો.

મેં કાંઈ જવાબ ના આપ્યો પણ થોડીવાર રાહ જોઈને એણે નાના છોકરાની જેમ બૂમ પાડી, 'બોલ.'

અને છતાં મેં જવાબ ના આપ્યો. એણે મારી પર દબાણ કરવાનું ચાલુ રાખ્યું. 'બોલ, કેમ તું મારી સાથે નથી આવતો રેજ?'

મેં હજી જવાબ ના આપ્યો.

મારા ચહેરાના હાવભાવ એવું સ્પષ્ટ કહી રહ્યા હતા કે એ જે કહી રહી છે મને જરા પણ પસંદ નથી. એ થોડી શાંત થઈ અને પછી જોરથી એનાં સેન્ડલ વડે ટેબલ નીચેથી મને લાત મારી.

'આઉચ.' મેં ચીસ પાડી. મેં પહેલાં મારા ગોઠણ સામે જોયું અને પછી સિમર સામે. એ શું કરવા ધારતી હતી?

મેં એ માફી માંગે એની રાહ જોઈ. એના બદલે એ હસી. પીધેલી ગર્લફ્રેન્ડે શું કરવું અને શું ન કરવું એ કહેવાનો કોઈ અર્થ નથી. મેં છોડી દીધું.

'રેજ, જો તું મારી સાથે નહીં આવે તો હું મારા જીન્સમાં જ સુસુ કરી લઈશ.'

આ નવી ધમકી એ તો મને લગભગ મને મારી જ નાંખ્યો. હું એની સાથે વાત કરું એવું કાંઈ જ બચ્યું જ ન હતું.

હું મારી ખુરશીમાંથી ઊભો થયો અને એને ખેંચી. ચાલતાં ચાલતાં પણ લોકોની નજર જાણે મને ચૂભતી હતી. અમે ડાઇનિંગ રૂમની છેક ડાબી બાજુથી છેક જમણી બાજુ ગયાં અને ગોળ ડાઇનિંગ ટેબલની વચ્ચેથી જગ્યા કરતાં કરતાં ગયાં. આ દરમ્યાન લોકો એમનું ખાવાનું અને અમારા વિશે વાતો કરીને આનંદ કરતાં હતાં.

જેવું સિમરે ફરી રેજ કહ્યું મેં એને વાતો કરવાની ના પાડી. 'શી...સ ધીમે. તું બહુ મોટેથી બોલે છે.'

'પણ રેજ.'

'શી...સ સિમર શટઅપ. અહીંયા સીન ક્રિયેટ કરવાની જરૂર નથી.'

અમે લેડીઝ બાથરૂમ તરફ જતાં હતાં. હજુ વધારે શરમનો અનુભવ કરવા માટે હું મારી જાતને તૈયાર કરતો હતો. સિમરનું સંતુલન જાળવવા માટે મેં સિમરના ખભા પર હાથ મૂક્યો.

બાથરૂમના દરવાજા પર સિમર પહેલાં અંદર ગઈ. વિચિત્ર પરિસ્થિતિથી મારા પગ થીજી ગયા જાણે. હું એની પાછળ અંદર ના જઈ શક્યો. બહાર રહીને હું ફક્ત

એટલી જ ઇચ્છા કરતો હતો કે સિમર અંદર જઈને જે કરવાનું છે એ કરે અને જલદી બહાર આવે પણ એ અંદર હતી અને એણે ચીસ પાડી – રવીન, તું ચીટિંગ કરે છે હોં. હું એને શાંત પાડવાનો પ્રયત્ન કરતો હતો અને સાથે સાથે આ શરમજનક પરિસ્થિતિમાંથી બહાર આવવા પણ. હું મારી જાતને મનાવવાનો પ્રયત્ન કરતો હતો કે બીજા લોકો સિમરને સાંભળી શકતાં નથી.

'મોન્શ્યોર.' મારી પાછળથી એક અવાજ આવ્યો. મેં પાછળ ફરીને જોયું તો સ્ટાફની એક લેડી ત્યાં ઊભી હતી.

'યસ.' મેં એને પૂછ્યું. એને ખબર પડી કે હું અંગ્રેજી સમજી શકું છું. 'સર,અમારા ગ્રાહકોને તમારી વર્તણૂકને કારણે પ્રૉબ્લેમ થાય છે.' એણે એની ચાઇનીઝ છાંટવાળી ભાષામાં મને કહ્યું.

અચ્છા, એટલે નવી શરમજનક પરિસ્થિતિની શરૂઆત અહીંથી થતી હતી. મને ખબર ના પાડી કે મારે એને શું કહેવું. ભારતમાં મેં ફક્ત ૧૦૦ રૂપિયા ધરી દીધા હોત અને એ લોકોએ અમને એકલાં મૂકી દીધાં હોત.' રવીન, સિમરે ફરી અંદરથી બૂમ પાડી. હવે પેલી સ્ત્રીએ પોતાના હાથ હવામાં ઉછાળ્યા. એને નવાઈ લાગતી હતી કે સિમર શું કરતી હતી. મારા માટે પૂરતો ત્રાસ થઈ ગયો હતો. મેં ફરી રેસ્ટોરન્ટમાં રહેલાં લોકોને જોયાં. દરેકની આંખો મારી પર હતી. મારી પ્રતિષ્ઠા હવે દાવ પર ન હતી. હું એને ખોઈ ચૂક્યો હતો.

એણે મને પૂછ્યું, 'હું કાંઈ મદદ કરી શકું ?' એની મદદ લેતાં મને આનંદ થયો. રેસ્ટરૂમની અંદર પેલી સ્ત્રી ગુસ્સામાં ગઈ અને એણે પાછળ બારણું પછાડ્યું. હું ફક્ત બારણા પરનાં છોકરીનાં ચિત્રને જોવામાં વ્યસ્ત રહ્યો. ફ્રેન્ચ ભાષામાં એ છોકરીના ફોટાની નીચે લખ્યું હતું, 'એલી એટલે કે સિંહ.' હજી મને સિમરનો અવાજ સંભળાતો હતો. એ બૂમો પાડતી હતી, 'રેજ઼ તું જુઠ્ઠો છે. તારે મારું ધ્યાન રાખવાનું હતું અને તું આ હરામખોર અને નામી સ્ત્રી સાથે મને મૂકીને ચાલ્યો ગયો.'

મેં મારી આંખો બંધ કરી અને ભગવાનને પ્રાર્થના કરી કે આ સમય બને એટલો જલદી પસાર થઈ જાય. હું આ બધું પૂરું થાય એવું ઇચ્છતો હતો. તેં સાંભળ્યું જ નહીં કે હું શું કહેવા માગું છું – સિમરે બારણાની પેલી બાજુથી બોલવાનું ચાલુ રાખ્યું. મને બધું જ સંભળાતું હતું. થોડી જ વારમાં બારણું ખૂલી ગયું. પેલી સ્ત્રી બહાર નીકળી અને એણે મને અંદર જઈને સિમરનું ધ્યાન રાખવા કહ્યું.

એને જોતાં મને આશ્ચર્ય થયું પણ હું અંદર ગયો.

સિમરે ઊલટી કરી હતી. સિન્કની ઉપર એણે માથું ઢાળેલું હતું. હું બાથરૂમમાં દાખલ થયો. એ હજુ ઊલટી કરી રહી હતી. એના વાળ એનો ચહેરો ઢાંકતા હતા. એના વાળના છેડા પણ ગંદા થઈ ગયા હતા. સિમર સિવાય રેસ્ટરૂમમાં કોઈ જ ન હતું.

'સિમર...' મેં બૂમ પાડી અને એને પકડવા દોડ્યો. એ હજી કાંઈ ગણગણી રહી હતી અને એને છેતરવા માટે મને ગાળો દઈ રહી હતી. પછી અચાનક એને ખ્યાલ આવ્યો કે મેં એને પકડ્યો છે. એક ક્ષણ માટે મેં એનો ચહેરો સામેના આયનામાં જોયો. ઊલટીની દુર્ગંધ વૉશરૂમને ભરી દેતી હતી. આવી દયાજનક પરિસ્થિતિમાં એને જોવી એ ખરેખર દુઃખ ભર્યું હતું.

અને એ જ ક્ષણે મારામાં રહેલો શરમનો ભય ચાલ્યો ગયો. મેં ધ્યાન ન આપ્યું કે હું કોણ છું અને બહારનાં લોકો શું વિચારે છે મારા માટે. કાંઈ વિચારવા માટે પણ મેં ન વિચાર્યું. હું ફક્ત સિમર માટે વિચારતો હતો.

મેં એની પીઠ થપથપાવી અને એના વાળ કાનની પાછળ નાંખ્યા. મારા બીજા હાથેથી મેં સિમરનો એક હાથ પકડ્યો. એ આંખો ખોલી શકી નહીં અને પોતાની જાત આયનામાં ન જોઈ શકી. હું ફક્ત એને એટલું જ કહી શક્યો કે, 'સિમર, હું ત્યાં જ છું તારી સાથે.'

સિમરને સામાન્ય થતાં થોડો સમય લાગ્યો. એ ઊલટી કરતી હતી ત્યારે પણ હું ત્યાં જ ઊભો રહ્યો. કદાચ એને ફરી ઊલટી કરવી હોય. આ દરમ્યાન પેલી સ્ત્રી થોડું પાણી લઈ આવી હતી. મેં સિમરને એ પાણીથી કોગળા કરાવ્યા અને થોડું પાણી પીવડાવ્યું. અમે બંને થોડા સમય માટે ત્યાં જ ઊભાં રહ્યાં.

થોડીવાર પછી એને જ્યારે થોડું સારું લાગ્યું એણે મને, એટલું જ પૂછ્યું, 'રેજ, તેં મને એકલી કેમ મૂકી દીધી?'

મને શરમ આવી. જ્યારે હું બહાર ઊભો હતો અને લોકોની નજરથી બચવા માટે આવતી હતી એનાં કરતાં પણ વધારે શરમ. એની નિર્દોષતાને કારણે મારી આંખમાં આંસુ આવી ગયા. મેં એના ગાલને સ્પર્શ કર્યો અને હળવેથી થપથપાવ્યાં. હું કાંઈ ન બોલ્યો. મારી પાસે બોલવા જેવું કાંઈ હતું જ નહીં. એ મુશ્કેલ સમય પસાર થઈ ગયો હતો અને સિમરને સારું લાગતું હતું. મેં એના વાળ સાફ કરી નાંખ્યા અને પેપર નેપ્કીનથી વાળનો નાનામાં નાનો કચરો સાફ કરી નાંખ્યો. સિમરને ફરી સ્વસ્થ જોઈને હું હળવો થઈ ગયો, જ્યારે અમે બંને રેસ્ટરૂમમાંથી બહાર નીકળ્યા. મને કાંઈ ચિંતા ન થઈ. બહાર બેઠેલાં લોકોથી મેં મારું મોં ન સંતાડ્યું. ઊલટાનું મેં એમની આંખોમાં જોયું. મને દુઃખ હતું કે એમની સાંજ અમે બગાડી હતી, પણ હવે મને વધારે શરમ ન હોતી આવતી. મેં સ્વીકારી લીધું હતું કે કોઈ ક્ષણે કોઈ વાતો બનતી હોય છે. સિમરે જાણી જોઈને કશું જ નહોતું કર્યું. એને શરાબની અસર હતી અને મારી નિર્દોષ બિચ્ચારી ગર્લફ્રેન્ડ કોઈને પણ નુકસાન તો પહોંચાડતી ન હતી. આવા કેટલાય વિચારો મને અંદરથી મજબૂત બનાવતા હતા.

અમે પૅક કરાવેલું ખાવાનું લીધું અને કારમાં બેસી ગયાં. જ્યારે એ મારી પાસે

બેઠી એણે પોતાની બેજવાબદાર ભરી વર્તણૂક માટે મારી પાસે માફી માંગી. મેં એના વાળમાં હાથ ફેરવ્યો. એણે મને પૂછ્યું કે, 'એને ઊલટી શું કામ થઈ ?' મેં કહ્યું આ જ કારણ હતું જ્યારે મેં કહ્યું હતું કે બે જુદાં પીણાં ભેગાં નહીં કરવા જોઈએ. એણે મારી દિલથી માફી માંગી. મારે પણ એની માફી માંગવી હતી કે રેસ્ટરૂમમાં હું એની સાથે ના ગયો, પણ મેં ના માંગી. મારે એની માફી ત્યારે માંગવી હતી જ્યારે એ સંપૂર્ણ ભાનમાં હોય. મેં એનું માથું મારા ખભા પર ઢાળી દીધું અને કાર ડ્રાઈવ કરીને મારા ઘરે લઈ આવ્યો.

ઘરે મેં એના માટે લેમોનેડ તૈયાર કર્યું. સિમરે પી લીધું. એની આંખો કહેતી હતી કે એને સખત ઊંઘ આવતી હતી. મેં એને કપડાં બદલવા કહ્યું અને એને મારા કબાટમાંથી એને નાઈટ સૂટ આપ્યો.

મેં એને મારા હાથોમાં પકડી રાખી. જ્યારે એ સૂઈ ગઈ ત્યારે એ સાંજની એકએક ક્ષણ મને યાદ આવતી ગઈ. શરાબનો નશો કરવાની એની ઇચ્છા, રેસ્ટોરન્ટમાં અમે પસંદ કરેલું ટેબલ, સિમરનો બિયરનો પહેલો ઘૂંટડો, એની મમ્મીનો ફોન, પીધેલી સિમર, ટકીલા શોટસ અને ઉચાટમાં શરમાયેલો હું. રેસ્ટરૂમની અંદરની બધી અવ્યવસ્થા. એ સાંજનું એકેક દૃશ્ય મારી આંખ સામેથી ફરી પસાર થઈ ગયું.

અંતે મેં મારી સ્લીપિંગ બેબી તરફ જોયું. મારો તમામ પ્રેમ એની પર ઢોળવાનું મને મન થયું. મેં એના ગાલ પર હળવેથી ચુંબન કર્યું. એ પહેલી રાત હતી કે જ્યારે હું વધારે જવાબદાર બન્યો.

એને બાથમાં લઈને હું સૂઈ ગયો.

૧૭

બેલ્જિયમ ઉનાળા સાથે અમારી પ્રેમકથા આગળ વધતી ગઈ. અમે એકબીજાને લગભગ રોજ મળતા. મોટા ભાગે તો સાંજે જ. જો એ વિકઍન્ડ હોય અને સિમરને પરીક્ષા ન હોય તો એ મારા ઘેર બપોરથી આવી જતી અને મોડી સાંજ સુધી રહેતી. મોટા ભાગે એ એના ભણવાના પુસ્તકો લઈને આવતી. બેથી ત્રણ કલાક વાંચતી. જ્યારે હું પરચૂરણ ઘરકામ પૂરા કરતો.

મારું ત્યાં રોકાવાનું લંબાવાથી મેં એક સેકન્ડ હેન્ડ કાર પણ વસાવી લીધી. સિમર મારી જિંદગીમાં આવવાથી મને એવી જરૂરત લાગતી હતી. એ નાનકડી કાળી રેનોલ્ટ હતી. હું નસીબદાર હતો કે અહીંના ભારતીયોમાંથી એક જણ ઇન્ડિયા જઈ રહ્યો હતો અને ત્યાં જતા પહેલા એની કેટલીક વસ્તુઓ કાઢી નાખવા ઇચ્છતો હતો. મને એની કાર સસ્તામાં મળી ગઈ. સિમર કાયમ રેનોલ્ટને એની નંબરપ્લેટથી બોલાવતી હતી -- ૪૯૦૦

'રેજ઼, ૪૯૦૦ને ફેરવવા લઈ જઈએ.' એ કહેતી. ઘણી વાર અમે નજીકના તળાવકિનારે જતાં. અમે કિનારા પર બેસીને બતકોને પાણીમાં તરતાં જોતાં. પશ્ચિમી આકાશમાં થતાં સૂર્યાસ્તને જોતાં. લીલાંછમ પામવૃક્ષો આગળ વિવિધ અદાઓમાં સિમર ઊભી રહેતી અને મારી પાસે ઢગલાબંધ તસવીરો ખેંચાવતી. ફોટોગ્રાફ્સ પાછળ એ ગજબ ગાંડી હતી. એના સેલફોનમાં રસ્તા પર પડેલા મૃત જીવડાંઓથી લઈને એના ટ્રાયલરૂમમાં જુદાં જુદાં કપડાંઓ પહેરીને પડાવેલા અસંખ્ય ફોટોગ્રાફ્સ હતા.સિમરના કેમેરામાં એવા પણ ઘણા ફોટોગ્રાફ્સ હતા, જે ચાલતી ગાડીએ પાડ્યા હોય. હું જ્યારે ગાડી ચલાવતો હોઉં, એ મારું ધ્યાન ખેંચતી અને કેમેરા તરફ જોવા આગ્રહ કરતી.

હું જ્યારે કાર ચલાવતો હોઉં ત્યારે અચાનક એને કોઈ એવું સ્થળ મળી જતું કે એ અચાનક ચીસ પાડી ઊઠે અને હું કાર રોકી દઉં. જેથી કરીને એ મારો અને સ્થળનો ફોટોગ્રાફ ખેંચી શકે.

મોડી સાંજે ઘણી વાર અમે ઑફિસની બાજુમાં આવેલા રસ્તા પર જતાં. ખબર નહીં કેમ એકબીજાની સાથે કારની અંદર રહેવું અમને બહુ ગમતું હતું. કદાચ કારની

અંદર રહેવાનો એ રોમાંચ હોય અથવા તો એમ પણ હોય કે કારની નાનકડી જગ્યામાં એકબીજાની સાથે રહેવાની હૂંફ અનુભવાતી હોય.

જ્યારે હું તારી કારમાં તારી સાથે હોઉં અથવા તારી સાથે સમય પસાર કરું છું ત્યારે મારામાંથી તારી સુગંધ આવે છે અને એ મને પાગલ કરી મૂકે છે – સિમરે એકવાર રહસ્ય છતું કર્યું હતું. બહુ જ જલદી અમારા કુટુંબોને અમારા પ્રેમની ખબર પડી ગઈ. અલબત્ત, એ જ વાતની જે અમે એમને કહી હતી. ઘણીવાર મોડી સાંજે સિમર મારી સાથે હોય અને એની મમ્મીનો ફોન આવે. સિમર ખોટું પણ બોલી દેતી કે એ હૉસ્ટેલમાં છે.

'શશશ... રેજ્ઝ. મમ્મીનો ફોન છે. એકપણ શબ્દ બોલતો નહીં.' ફોનમાં જવાબ આપતાં પહેલાં સિમર મને બૂમ પાડીને કહેતી.

ધીમે ધીમે બેલ્જિયમ અને ભારતના અમારા પ્રિય મિત્રોને અમારા વિશે ખબર પડી ગઈ હતી. એકવાર અમરદીપ, મનપ્રીત, હેપ્પી અને હું કૉન્ફરન્સ હૉલમાં હતાં ત્યારે મેં એ લોકોને આ બ્રેકિંગ ન્યૂઝ આપ્યા હતા.

ઘણી એવી પણ પરિસ્થિતિ આવતી જ્યારે હું અને સિમર ઝઘડતાં. મોટે ભાગે તો અમારા ઝઘડા એક દિવસમાં પૂરા થઈ જતા હતા, પણ કેટલાંક તો એનાથી પણ લાંબા ચાલતા હતા, પણ પછી અમે એકબીજાને સંવેદનશીલ અને લાગણીભર્યા સંદેશાની આપ-લે કરતાં. અમારો ઝઘડો પૂરો થઈ જતો હતો અને ઈતિહાસ બની જતો.

કોઈક વાર વિકઍન્ડમાં અમે ડિસ્કો અને પાર્ટીમાં પણ જતાં. આ એક જ સમય એવો હતો જ્યારે અમારી સાથે ઘણાં બધાં મિત્રો રહેતાં. સંચિત, એની પત્ની અને સિમરની કૉલેજનાં ઘણાં બધાં મિત્રો પણ. મોડી રાતે જ્યારે હું સિમરને હૉસ્ટેલ છોડવા માટે જતો હું મારી કાર બહાર પાર્ક કરી દેતો અને અમે ચાલવા માટે જતાં. અમને બહુ જ ગમતું આ. માથા પરનું આકાશ સામાન્ય રીતે કાળું અને ઠંડું રહેતું. જેમ જેમ રાત વધતી જતી ત્યારે પ્લેનનો અવાજ રાતની શાંતિને ચીરતો સંભળાતો. આકાશમાં પ્લેનની પાંખો અને પૂંછડીની ચમકને જોઈને અમને બંનેને ભારત યાદ આવી જતું. ભાવનાયુક્ત થઈને એ કહેતી, 'રેજ્ઝુ, યાર આ પ્લેન આપણને ભારત કેમ નથી લઈ જતું ?' અને હું એના માથા પર વ્હાલથી હાથ ફેરવતો.

ક્યારેક અમે ઈન્ડિયન મૂવી જોવા પણ જતાં. બેલ્જિયમમાં એક થિયેટર હતું જે એન.આર.આઈ.નું હતું અને આ કેસમાં તો ગુજ્જુનું હતું. જ્યારે જ્યારે કોઈપણ બોલિવુડ ફિલ્મ ભારતમાં બૉક્સ ઑફિસ પર સારો દેખાવ કરતી એ જ વિકેન્ડ પર આ થિયેટરમાં આ ફિલ્મ આવતી. મને યાદ છે સિમર અને મેં આમીરખાનની ગજની જોઈ હતી. વિલન હીરોઇનને મારે છે એ દૃશ્ય જોતાં તો સિમર સંપૂર્ણ ડરી ગઈ હતી.

એણે મારો હાથ પકડી લીધો હતો અને આંખો બંધ કરી દીધી હતી. મને ખ્યાલ આવ્યો કે સિમર રડતી હતી. આખો હૉલ ભારતીયોથી ભરેલો હતો. મેં સિમરને આશ્વાસન આપ્યું – આ બધી વાર્તા છે અને હકીકતમાં તો હીરોઈન ભારતમાં જલસા કરી રહી છે એવું સમજાવતાં મને લગભગ ૨૦ મિનિટ થઈ. મોડી રાતે જ્યારે હું એને હૉસ્ટેલ પાછો મૂકવા ગયો હતો ત્યારે એણે ઝીણવટભરી રીતે એણે મારી પાસે એનો રૂમ ચેક કરાવ્યો હતો. કદાચ કોઈ અજાણ્યો માણસ રૂમમાં ભરાઈને બેઠો હોય જેવી રીતે ફિલ્મમાં બેઠો હતો. આ બધું મને વિચિત્ર લાગતું હતું, પણ મેં સાચોસાચ રૂમમાં તપાસ કરી, કારણ કે સિમર ડરેલી હતી. જ્યારે કોઈ ન મળ્યું ત્યારે સિમરને નિરાંત થઈ.

બેલ્જિયમમાં રહેતાં ભારતીયો જે પણ ઉત્સવો અને પ્રસંગો ઊજવતાં એમાં અમે બંને સાથે જતાં. પ્રેમમાં પડ્યાની એકએક ક્ષણ અમે બંનેએ ભરપૂર માણી હતી. અમે સાથે ડ્રાઇવ કર્યું, અમે સાથે જમ્યાં, અમે સાથે એક્સરસાઇઝ કરી, અમે હસ્યાં, અમે લડ્યાં, અમે રડ્યાં, અમે ઝઘડ્યાં, અમે પાછાં એક થયાં, અમે ઉજવણી કરી અને અમારી શ્રેષ્ઠ ક્ષણોમાં અમે પ્રેમ કર્યો.

પાનખર પૂરી થઈ રહી હતી. મારી ઑફિસની પાછળનાં વૃક્ષો એમનાં છેલ્લાં પાંદડાં ખેરવી રહ્યાં હતાં. બેલ્જિયમની આ થોડી વિચિત્ર કહી શકાય એવી બપોર હતી, જ્યાં સૂરજ અને પાછોતરો વરસાદ સંતાકૂકડી રમી રહ્યા હતા. સિમર સાથે લંચ લઈને હું ઑફિસ પાછો જ ફર્યો હતો. મેં મારું લૅપટૉપ ખોલ્યું, પણ હું ઉતાવળો થઈ રહ્યો હતો. મને લાગતું હતું કે હવે હું કામ નહીં કરી શકું. સંચિત અને મારા માટે ભારતથી અમારા એકાઉન્ટ મૅનેજરે ઇ-મેલ મોકલ્યો હતો. એમાં લખ્યું હતું :

'પ્રિય, સંચિત અને રવીન,

બેલ્જિયમનો પ્રોજેક્ટ હવે ભારતથી ચલાવવામાં આવશે. આપણો ક્લાયન્ટ વર્કફોર્સ બમણો કરી આપવા તૈયાર થયો છે અને આ પ્રોજેક્ટને બે વર્ષ માટે લંબાવ્યો છે. આપણા માટે એ મોટા સમાચાર છે. મૅનેજમૅન્ટ ઇચ્છે છે કે તમે બંને અહીંયા હો અને અહીંયા આવીને તમારી ટીમને સંભાળી લો. નવું વર્ષ શરૂ થતાં પહેલાં અહીંયા આવવાની તૈયારી કરી લેજો.

ગુડ લક.

આનંદ.

ઍકાઉન્ટ મૅનેજર.

ઇન્ડિયા ઑફિસ.'

૧૮

૨૫ ડિસેમ્બરની સાંજ હતી. મારા ઘરની બહારનું વિશ્વ સફેદ, લાલ અને લીલા રંગના રંગોથી રંગાયેલું હતું. લાલ સાંતાક્લોઝ, સફેદ બરફ અને લીલા ક્રિસમસનાં ઝાડ.

સિમર અને હું પણ એક નાનકડું ક્રિસમસનું ઝાડ લઈ આવ્યાં હતાં અને મારા ઘરની બાલ્કનીમાં મૂક્યું હતું. બહુ ઉત્સાહથી એણે ક્રિસમસ ટ્રીને શણગાર્યું હતું. ચળકતાં સિતારા અને લાઇટ્સ, પણ બહારનાં વિશ્વમાં જે આનંદ ઉત્સાહ હતો એ મારા ઘરમાં ન હતો. એક બેડરૂમના મારા ઘરનો આખોય સામાન મારી બે બૅગમાં લપેટાઈ ગયો હતો.

૧૦ મહિના પછીનો આ એવો સમય હતો કે જ્યારે અમે છૂટાં પડવાનાં હતાં. જો કે ફક્ત શારીરિક રીતે. જ્યારથી મેં સિમરને ભારત પાછા જવાના સમાચાર આપ્યા હતા ત્યારથી જ એ ઉદાસ હતી. એવી પણ ક્ષણો આવી હતી જ્યારે એ પરિસ્થિતિ સાથે સમતુલન નહોતી સાધી શકતી અને એની આંખમાં આંસુ તરી આવતાં હતાં. હું પણ ઉદાસ હતો. સિમરને હજી આઠ મહિના ભણવાનું હતું અને ત્યાર પછી જ એ ભારત આવી શકે એમ હતી.

પણ મેં એને ખુશ કરવાનો પ્રયત્ન કર્યો.

'બેબી, આમેય તું તારા ફર્સ્ટ ટર્મના બ્રેકમાં ભારત આવે જ છે ને ?'

'પણ એને હજી ચાર મહિનાની વાર છે, રેજ઼.' સિમરે કહ્યું.

મેં એના કપાળ પર હળવેથી ચુંબન કર્યું અને ધીમેથી એની પીઠ થપથપાવી. મેં સિમરને નજીકથી ધારીને જોઈ. એ રડી પડવાની તૈયારીમાં હતી. મેં એને કેટલીક જોક્સ કહી. શરૂઆતમાં તો કાંઈ જામ્યું નહીં પણ એ ધીમે ધીમે મૂડમાં આવી.

થોડીવાર પછી એ જ્યારે બોલવા માટે સ્વસ્થ થઈ એણે કહ્યું, 'હું તારા માટે કાંઈ લાવી છું.'

'હા.' મેં તોફાની રીતે કહેવાનો પ્રયત્ન કર્યો.

'હા હાં. રેજ઼, આટલો રમૂજી બનવાનો પ્રયત્ન ન કર.'

એણે પોતાની બૅગ પોતાની તરફ ખેંચી અને અંદરથી મોટી લાલ રંગની સાંતા

કેપ કાઢી. બેધ્યાનપણે એનો નીચલો હોઠ ચાવતાં, જે એની કાયમી આદત હતી, એણે કેપ મારી તરફ લંબાવી અને કહ્યું, 'આ કેપ તારા માટે છે.'

મેં અંદર હાથ નાંખ્યા અને બહાર કાઢ્યા, કેટલીક ઘંટડીઓ, એક હાર્ટ, એક ડિઝાઇનર પેન

દરેક વખતે જ્યારે નાનકડી ગિફ્ટ મારા હાથમાં આવતી ત્યારે સિમર તાળીઓ પાડતી હતી. સિમર આવું કરતી હતી ત્યારે બહુ જ ક્યુટ લાગતી હતી. મારા માટે મારી લાગણીઓને રોકવી બહુ જ અઘરી થઈ ગઈ હતી. એક ક્ષણે તો હું બહુ લાગણીશીલ થઈ જવાની તૈયારીમાં હતો અને એણે બૂમ પાડી, 'રેન્ઝ, લુચ્ચા. હવે તેં રડવાનું શરૂ કર્યું.'

એ પછી મેં કેપની અંદર એક ભૂંગળું જોયું અને મેં બહાર કાઢ્યું. મેં એને પૂછ્યું કે, 'આ શું છે ?' મારા સવાલનો જવાબ આપવા માટે એ ફક્ત હસીને મારી પાસે આવીને બેસી ગઈ. ધીમેથી એણે ભૂંગળું ખોલ્યું. એની અંદર પાંચ સુંદર પીંછાં હતાં અને દરેકની ઉપર કાંઈક સંદેશો લખેલો હતો. આખું કાગળ બહુ જ આકર્ષિત લાગી રહ્યું હતું. એ સિમરની કલાત્મકતા હતી. જેવું મેં કાગળ જોયું મેં એનાં ગાલ પર મારા માટે આટલી બધી મહેનત કરવા માટે ચુંબન ચોઢી દીધું. એણે મારા પ્રેમનો પ્રતિભાવ ના આપ્યો અને આ શું છે એ મને જણાવવામાં ધ્યાન આપ્યું.

એનો વિચાર જ બહુ અદ્‌ભુત હતો. આ પાંચ પીંછાં પાંચ અલગ અલગ સુંદર ઘટનાઓ વર્ણવતાં હતાં. જે છેલ્લાં કેટલાક મહિનાઓમાં મેં એને જીવનમાં આપી હતી. જ્યારે મેં એ ક્ષણો વિશે જાણવાનો આગ્રહ રાખ્યો, એણે ફરી મારી તરફ ધ્યાન ના આપ્યું અને પીંછાંઓ વિશે વાત કરતી રહી. કાગળમાં એણે લખ્યું હતું કે ઘટનાઓ માટે એ એટલી તો આભારી છે કે એના માટે એ કાંઈ પણ કરવા તૈયાર છે અને એટલે જ એના જણાવ્યા મુજબ આ પાંચ પીંછાં એનાં પાંચ વચનો હતાં – મારા માટે.

'રેન્ઝ – આ પહેલું પીંછું આપણે જ્યારે પણ ઝઘડીએ ત્યારે તું વાપરજે. જોકે હું ભગવાનને પ્રાર્થના કરીશ કે આપણે ક્યારેય ના ઝઘડીએ. છતાં આપણે ક્યારેય પણ ઝઘડો કરીએ ભલે આપણા બેમાંથી જે પણ સાચું હોય અને જે પણ ખોટું. તું આ પીંછું મને આપીશ. હું ઝઘડો છોડી દઈશ અને તું જે કહીશ એ માની લઈશ.'

એની નિર્દોષતા અને એની મીઠડી વાતોથી હું પીગળી ગયો. એક પછી બાકી રહેલાં પીંછાં વિશે એણે મને કહ્યું. બીજું પીંછું મને એની કોઈ ન ગમતી આદત છોડાવવા માટેનું હતું. જો કે એણે એમ પણ કહ્યું કે એ ખરેખર અઘરું થઈ પડશે અને મારે બને ત્યાં સુધી એ ન વાપરવું. જવાબમાં હું હસી પડ્યો અને એના વાળમાંથી આવતી માદક સુગંધમાં ખોવાઈ ગયો.

'અને આ ત્રીજું – જ્યારે તારે બહાર જવું હોય અને મને એનો મૂડ ન હોય. એવું ઘણીવાર થશે હોં. પણ એવા સમયે આ પીંછું આપીને તું તારી વાત મને મનાવી શકશે.' કહેતાં કહેતાં એને હસવું આવી ગયું અને હસવું રોકવાનો પ્રયત્ન કરતાં એણે પોતાના મોઢા પર હાથ દાબી દીધો.

હું ખુશ હતો કે અંતે એ હસી રહી હતી.

છેલ્લેથી બીજું જરા વિચિત્ર હતું. 'મારા પિરિયડના દિવસોમાં મારા મૂડની આવનજાવન અને એના ઝપાટાથી તને બચાવવામાં આ પીંછું તને મદદ કરશે.'

અમે બંને જોરથી હસી પડ્યાં અને મેં કહ્યું કે, 'આ વાત માટે મને ઢગલો પીંછાં મળે તો સારું.'

'શટઅપ્સ રેજ઼.' અને એની આંખોથી મને ચેતવ્યો.

'અને આ પાંચમું શેનાં માટે છે ?' મેં ગંભીર થતાં પૂછ્યું.

'આ હું તને ત્યારે કહીશ જ્યારે આગળનાં ચારેય પીંછાં વપરાઈ ગયાં હશે.'

'હમં. રસ પડે એવું છે.' મેં કહ્યું અને એને ચુંબન કર્યું, જાણે એ મારું બાળક હોય. એ ખરેખર મીઠડી હતી. એણે મારા માટે જે મહેનત કરી હતી એનાથી હું ખરેખર અભિભૂત થઈ ગયો હતો.

એ રાતે અમે સૂતાં નહીં, પણ આખી રાત વાત કરતાં રહ્યાં. પરોઢે જ્યારે ઠંડક હતી, હું અને સિમર મારી બાલ્કનીમાં ઊભાં રહ્યાં. આજુબાજુ હજી પણ ક્રિસમસ લાઇટ ચમકતી હતી. તારાઓ અદૃશ્ય થવાની તૈયારીમાં હતા. પૂર્વનું આકાશ લાલ થઈ રહ્યું હતું અને મારા બિલ્ડિંગના પાર્કિંગલોટમાં ટૅક્સી આવીને ઊભી રહી. આ ઘરને આવજો કહેવાનો સમય આવી ગયો હતો, જ્યાં સિમરે અને મેં કેટલીક સુંદર ક્ષણોનું નિર્માણ કર્યું હતું. આ ક્ષણો હવે અમારી સાથે આખી જિંદગી રહેવાની હતી. અમારા માટે એ સહેલું ન હતું. એ ઘરમાં અમે છેલ્લી કેટલીક ક્ષણોમાં વાત પણ નહોતા કરી રહ્યા.

સવારની એ શાંતિમાં મેં એ ઘર બંધ કર્યું. મેં બેલ્જિયમનું મારું ભાડાનું ઘર બંધ કર્યું અને ચાવી સિમરને આપી દીધી. સિમર પછી એ ચાવી મકાનમાલિકને આપી દેવાની હતી. ટૅક્સી સુધી પહોંચ્યાં ત્યાં સુધી અમારા બેમાંથી કોઈ કાંઈ જ બોલ્યું નહીં. ફક્ત અમારાં પગલાંનો અવાજ સંભળાઈ રહ્યો હતો. ફરીવાર સિમરના ચહેરા પરથી હાસ્ય ગાયબ થઈ ગયું હતું.

લગભગ કલાક પછી મેં સિમરને બાય કહ્યું. મેં એને કિસ કરી જે એણે મને શિખવાડી હતી.

મેં એને બટરફ્લાય કિસ કરી.

૧૯

હું ચંદીગઢમાં પાછો આવી ગયો. શરૂઆતના દિવસોમાં મને અને સિમરને બહુ જ જુદું જુદું લાગ્યું. બહુ બદલાવ લાગ્યો. અચાનક જ એકબીજાની સાથે રહેવાથી રોજ એકબીજાને જોવાથી અમે હવે માઈલો દૂર થઈ ગયાં હતાં. એકબીજાને મિસ કરવાની ઘણી ક્ષણો આવતી હતી અને એકબીજાને જોવાની પણ તીવ્ર ઇચ્છા થઈ આવતી હતી. અમે ટૅકનૉલૉજીનો આધાર લીધો અમારી વચ્ચેનું આ અંતર ઘટાડવા માટે. મોટા ભાગનો સમય અમે વીડિયો ચેટમાં પસાર કરવા લાગ્યાં.

ભારત અને બેલ્જિયમનો સાડા ચાર કલાકનો સમય અચાનક જ વધુ પડતો લાગવા લાગ્યો. જે ભૂતકાળમાં મમ્મી-પપ્પા સાથે વાત કરતાં ક્યારેય નહોતો લાગ્યો. સમયની રીતે હું એનાથી આગળ હતો. સવારના થોડા કલાકો હું મારી જાતને બહુ એકલો મહેસૂસ કરતો હતો. મને એવું લાગતું કે હું આ વાસ્તવિક દુનિયામાં જાગતો પડ્યો છું અને એ એની ઊંઘમાં સપનાંની દુનિયામાં હશે. બે વિશ્વ વચ્ચેનું એ જ તો અંતર હતું, ન પુરાય એવું અંતર.

સવારે લગભગ ૧૧.૦૦ વાગે મને એમ થતું કે સિમર ઊઠી હશે ત્યારે એના વિશ્વ અને મારા વિશ્વ વચ્ચેનું અંતર હું જોઈ શકતો હતો. આ બધું માનસિક છે પણ એ વખતે મને આવું જ થતું હતું. એવું ન હતું કે એ ઊઠતી કે તરત જ અમે વાત કરતાં, પણ મારા મનના કોઈક ખૂણે મને એવી શાંતિ થતી કે હવે હું એના સુધી સરળતાથી પહોંચી શકીશ. મને એવું લાગતું હતું કે એ પણ મારા વિશે વિચારી રહી હશે.

હું સિમરને મિસ કરતો હતો. હું બેલ્જિયમને મિસ કરતો હતો અને હું સિમર અને બેલ્જિયમને બંનેને મિસ કરતો હતો. હું એ સમયને યાદ કરતો હતો જ્યારે હું સિમરને મારા હાથમાં પકડી શકતો હતો અથવા તો એના ખભા પર મારું માથું મૂકીને એના વાળની સુગંધ લઈ શકતો હતો. હું એ સમયનો વિચાર કરતો જ્યારે અમે બેલ્જિયમની કન્ટ્રીસાઇડ પર ફરવા જતાં અને પલળીને આવતાં. એને મારા હાથમાં પકડવાનું બહુ મિસ કરતો હતો. મને એની કોમળ ત્વચાને સ્પર્શ કરવાની ઇચ્છા થઈ આવતી હતી. અહીં ભારતમાં હું મારી જૂની દિનચર્યા મુજબ મારાં કુટુંબીજનો સાથે ગોઠવવાનો પ્રયત્ન કરતો હતો. ઘરથી ઑફિસ, ઑફિસથી જીમ અને જીમથી ફરી

ઘરે. મારા દિવસનું શિડ્યુલ આજ રહેતું. રાતનો મારો સમય સિમર માટે અનામત રહેતો હતો. ઇન્ટરનેટ પર અમે વેબકેમેરા દ્વારા કલાકો સુધી વાતો કરતાં હતાં. મોટા ભાગે હું એને એના નાઇટડ્રેસમાં જોતો હતો. ક્યારેક આકર્ષક દેખાવું હોય ત્યારે એને ખબર હતી કે શું પહેરવું અને શું ન પહેરવું. એ જાતજાતનાં ચિત્ર-વિચિત્ર મોઢાં કરતી અને મને થતું કે આ ટૅક્નૉલૉજી મને એ જ્યાં છે ત્યાં પહોંચાડી દે.

'રેજી, આ બધું વર્ચ્યુઅલ્સ રિયાલિટી મૂવી મેટ્રિક્સમાં જ થાય હોં.'

એ એટલી મીઠી રીતે કહેતી કે મને સીધું જ એને ચુંબન કરવાનું મન થતું. વર્ચ્યુઅલ રિયાલિટી મૂવીમાં નહીં ખરેખર.

અમે ફોન પર પ્રેમ પણ કરતાં. અમારો તણાવ ઓછો કરવાનો અને ગાંડા કાઢવાનો એ એક જ રસ્તો હતો. અમે અમારી જાતને એકબીજાની સાથે કલ્પી લેતાં અને તરત અમારી કલ્પના અમને એવી જગ્યાએ લઈ જતી જ્યાંથી પાછા ફરવાનું અમે બેમાંથી એકેને મન ના થતું. હું એને દૃશ્યનું વર્ણન કરતો અને એ એ દૃશ્યમાં બાકી રહેલી વિગતો આનંદથી પૂરતી.

તું જે રીતે તારા શબ્દની પસંદગી કરે છે મને લાગે છે બધું સાચે થઈ રહ્યું છે – એક વાર એણે મને ફોન પર કહ્યું હતું.

'મને ખબર છે હું લેખક છું.' મેં કહ્યું.

કોઈ અજાણ્યા કારણસર એ અચાનક હસી પડી. મને થયું કે આ સમયે મેં કોઈ ખોટા શબ્દની પસંદગી કરી લીધી.

કેટલીકવાર અમે ઝઘડતાં ત્યારે અમારા સંબંધો વધુ મજબૂત બનતા. એને બહુ જ ચીઢ ચઢતી જ્યારે હું પંજાબીમાં વાત કરતો. એ ક્યારેય કમ્ફર્ટેબલ ન હતી અને હું ઇચ્છતો હતો કે થોડીઘણી પંજાબી સમજી શકે જેથી લગ્ન પછી એને તકલીફ ના પડે. મારા નાઇટસૂટ તરીકે હું કુર્તો, પાયજામો પહેરું એ એને પસંદ ન હતું. વેબકેમમાં જોઈને એ ચિડાતી. બેલ્જિયમમાં એ મને ટી-શર્ટ અને શોર્ટ પહેરવા માટે આગ્રહ કરતી, પણ અહીં ભારતમાં એ કાંઈ કહી શકતી નહીં. સિમર કહેતી કે લાંબા અંતરના સંબંધમાં આ જ તકલીફ હોય છે.

અમે એકબીજાને ગમે તેટલું મિસ કરતાં પણ એકબીજાનાં દિલ અને દિમાગમાં અમે સતત રહેતાં. દૂર રહ્યાં રહ્યાં એકબીજા માટે સતત તડપવું એ ઘણાં વખત સુધી ચાલ્યું અને પછી પરિસ્થિતિ ધીમેધીમે થાળે પડી. અમારી દિનચર્યાઓ અમને આગળ વધારતી ગઈ. હું મારી દરિયાપારની મારી ઑફિસની ટીમને ગોઠવવામાં લાગી ગયો અને સિમર એની પરીક્ષાની તૈયારીમાં લાગી ગઈ. અમારી વાતો થોડી ઓછી થઈ ગઈ. એની પરીક્ષા પછી સિમર એની ટર્મ હોલિ-ડે વખતે ભારત આવી.

બેલ્જિયમ છોડ્યાને મને મહિનો થઈ ગયો છે. ભારતમાં મધરાત છે. સિમર અને હું ઈન્ટરનેટ પર વાત કરી રહ્યાં છીએ. એ કહી રહી છે કે એને સારું નથી લાગતું. જોકે એના વગર કહે પણ ખબર પડી જાય છે. એ મને યાદ કરી રહી છે. હું એને ખુશ કરવાની કોશિશ કરું છું. એ કહે છે કે એ પોતાનાં ભણતર પર ધ્યાન નથી આપી શકતી અને ઈચ્છે છે કે હું બેલ્જિયમ પાછો ચાલ્યો જાઉં.

'બહુ સમય થઈ ગયો છે અને મેં તને જોયો નથી.' એ લખે છે.

હું એને મારી વેબકેમ રિક્વેસ્ટ મોકલું છું. જેથી કરીને એ મને જોઈ શકે અને હું એને.

'રેઝ, આ એ નથી જે હું ઈચ્છું છું અને તને ખબર છે હું શું કહી રહી છું. હું તને બહુ જ મિસ કરું છું.' અને એ રડવા લાગે છે.

હું એને રડવા દેવા નથી માંગતો. મને બહુ જ ખરાબ લાગે છે. એની આંખમાં આંસુ મને હંમેશાં ખરાબ લાગ્યાં છે. એના નિર્દોષ ચહેરા પર કોઈ પણ પ્રકારનું દુ:ખ હું જોઈ શકતો નથી. હું એને મારા હાથમાં લેવા માંગું છું અને એના કપાળ પર ચુંબન કરવા માંગું છું. જાણે કે એ મારું બચ્ચું હોય.

'સિમર, નહીં સ્વીટી. બસ, ફક્ત ચાર મહિનાનો સવાલ છે અને પછી આપણે હંમેશાં સાથે રહીશું.'

એને શાંત પાડતાં મને થોડી વાર લાગે છે. એનું રડવાનું બંધ થઈ ગયું છે, પણ એ કાંઈ કહી નથી રહી. એને વાત પણ નથી કરવી. એ એકલી રહેવા ઈચ્છે છે.

એમ તો કહે, 'જ્યારે તું અહીં આવીશ ત્યારે હું તારે ત્યાં ગુડગાંવ આવું કે તું મારા ત્યાં અહીં ચંદીગઢ આવીશ ? હું ફક્ત એનું ધ્યાન બીજે દોરવા માટે જ એની સાથે વાત કરું છું.'

'રેઝ, પ્લીઝ, તું આવને, કારણ કે રાત્રે તું તારા મિત્ર એમ પી સાથે ગુડગાંવમાં રહી શકે. હું ત્યાં આવું તો રાત્રે હું ક્યાં રહું ?'

રડ્યા પછી એનો ચહેરો શુષ્ક લાગે છે. આંસુના ડાઘ હજુ એના ગાલ પર છે અને આંખો ભારે લાગી રહી છે પણ હું એનું ધ્યાન બીજી બાજુ ખેંચવામાં સફળ થયો છું અને હું એની સાથે વાત કરી રહ્યો છું.

'હા, લગ્ન પહેલાં આપણાં કુટુંબો આપણને એકબીજાનાં ઘરે રાત રોકાવા નહીં દે. પણ જો તું ચંદીગઢ આવીશ તો હું તારા માટે હોટલ બુક કરાવી દઈશ.'

'રેઝ, કઈ હોટલ ?' હું જવાબ નથી આપતો, પણ હું એને મારા સ્ક્રીન પર જોયાં કરું છું. 'બોલને રેઝ હોટલ તાજ ?'

'ના, બેબી.'

'હમમ. તો હોટલ મેરિયેટ'.

'ના ડિયર. તો કઈ હોટલ રાઝી ?' એ લખે છે અને હવામાં એના હાથ ઉછાળે છે. 'હોટલ ડિસન્ટ.' હું જવાબ આપું છું.

અને એ ખડખડાટ હસી જાય છે. એને અમે સાથે જોયેલી ફિલ્મ યાદ આવી જાય છે.

જ્યારે એ હસતાં હસતાં અટકે છે એ ફિલ્મનો ડાયલોગ લખે છે. 'રેઝ, હમ રૂમ ઘંટે કે હિસાબ સે લેંગે, યા દિન કે લિયે ?'

એ ફરી હસી પડે છે. આ વખતે એનાં પોતાનાં વાક્ય પર અને મારા જવાબની રાહ પણ નથી જોતી. એને ફરી હસતી જોઈને મને સંતોષ થાય છે.

૨૦

સિમર ગુડગાંવ આવી ગઈ હતી અને એણે મારા માટે એનાં મમ્મી-પપ્પાને મળવાની યોજના બનાવી હતી.

ચંદીગઢ દિલ્હી શતાબ્દી ટ્રેનમાં હું ગયો અને ત્યાંથી દિલ્હી-ગુડગાંવ મેટ્રો ટ્રેનમાં. મેટ્રો રાઇડમાં મજા આવી. આ મેટ્રો ટ્રેનમાં મારી પહેલી મુસાફરી હતી. જે હમણાં હમણાં જ શહેરમાં શરૂ થઈ હતી. શહેરની બરાબર વચ્ચેથી એક કેપ્સૂલમાં મુસાફરી કરવી અને એ પણ જમીનની નીચે અને જમીનની ઉપર અને છતાં ચોખ્ખી ચણાક જગ્યામાં. ભારતની ટ્રેન માટે આવું ભાગ્યે જ વિચારી શકાય, પણ છતાં આ વિચાર જ મને ઉત્તેજિત કરવા માટે પૂરતો હતો. ટ્રેન ફાસ્ટ હતી અને ભારતીય લોકલ ટ્રેનથી ઘણીબધી જુદી પડતી હતી. અસંખ્ય માણસો એકબીજાને ચીપકીને ઊભા હોય ફક્ત એ જ એક સામ્ય હતું. મેટ્રો ટ્રેનમાં થઈ રહેલી ઍનાઉન્સમૅન્ટ સાંભળવાની પણ મને મજા આવતી હતી. પહેલાં હિન્દીમાં અને પછી ઇંગ્લિશમાં. પણ આ બધાંની ઉપર મને આતુરતા હતી સિમરને આટલા સમય પછી ફરી મળવાની. આ કાંઈક જુદી લાગણી હતી.

લગભગ બપોર સુધીમાં હું એના ઘરે પહોંચી ગયો. જો કે હું એની સાથે સતત એની ઘરની દિશા શોધવા માટે ફોન પર વાત કરતો હતો. જેવો હું મારી મંજિલ સુધી પહોંચ્યો મેં એને એના ઘરના ઝાંપે ઊભેલી જોઈ.

હું હસ્યો. મને જોઈને એણે હાથ હલાવ્યો.

આ એક બહુ જ નાજુક ક્ષણ હતી જે ઘણાં સમય પછી આવી હતી. અંતે હું મારી સિમરને જોઈ શક્યો હતો. એ પણ મારા માટે ઉતાવળી થઈને રાહ જોતી હતી. હું એની તરફ મેં લાવેલાં ફૂલો લઈને દોડ્યો. મને એની સામે ઊભેલો જોઈને સિમર સ્વાભાવિકપણે ખૂબ ખુશ હતી. લગભગ પચાસેકવાર જોરથી દોડ્યા પછી હું શ્વાસ લઈ રહ્યો હતો. આ ક્ષણ અમારા બંને માટે ઉજવણીની ક્ષણ હતી અને એટલી જ લાગણી ભરી. મેં આંખો અને મન ભરીને પગથી માથા સુધી સિમરને જોઈ. એને જોવી, એનો સ્પર્શ કરવો અને ફરી એકવાર તમારી બાજુમાં ઊભી રહીને ફરી એકવાર એને સાંભળવી એ અદ્‌ભુત ઘટના હતી. એ એટલી જ રૂપાળી લાગતી હતી

જેટલી હું એને બેલ્જિયમમાં છોડીને આવ્યો ત્યારે લાગતી હતી. એણે સૌ પહેલાં કોઈ જોતું તો નથી એ જોવા આજુબાજુ જોયું અને પછી મને એક ઉતાવળું આલિંગન આપ્યું. અચાનક મને મળેલી આવી સરપ્રાઇઝથી આનંદ થયો અને એના સ્પર્શની ઉષ્મામાં હું ખોવાઈ ગયો, જેની આટલા મહિનાઓ સુધી મને ખોટ લાગી હતી. આ આલિંગન લાંબું ચાલે એવું હું ઇચ્છતો હતો. આવી રીતે સાથે હોવું એ કાંઈક વિશેષ હતું પણ જુદું હતું. જુદું એટલા માટે કે અમારી આજુબાજુનું વાતાવરણ બેલ્જિયમ જેવું ન હતું અને વિશેષ એટલા માટે એક ઘણાં લાંબા સમય પછી અમે એકબીજાને મળ્યાં હતાં. થોડી ક્ષણો પછી મારું ધ્યાન સિમરથી હટીને એના ઘર તરફ ગયું. એક વિશાળ બંગલો હતો અને આગળ મોટી લીલીછમ લોન હતી. લોનની એક તરફ લાકડાનો હિંચકો હતો અને એની આજુબાજુ ખુરશીઓ પથરાયેલી હતી. ડાબી બાજુના ગૅરેજમાં હોન્ડા સીઆરવી અને ઑડી પાર્ક થયેલાં હતાં.

એ મને ઘરની અંદર લઈ ગઈ. જોતાંવેંત જ અભિભૂત થઈ જવાય એવું ઘર હતું. વૈભવી, વિશાળ અને સરસ રીતે શણગારાયેલું. દૂરથી એનાં મમ્મી-પપ્પાને આવતાં મેં જોયાં.

'તેં મને ક્યારેય કહ્યું કેમ નહીં કે તું આટલી પૈસાવાળી છે.' મેં એને કાનમાં કહ્યું અને કોણી મારી, 'શટઅપ.' એણે કહ્યું અને મારી પીઠ પર ઝીણી ચૂંટલી ભરી.

થોડી જ ક્ષણોમાં એનાં મમ્મી-પપ્પા અમારી સામે આવી ગયાં. હું એમને પગે લાગ્યો. સિમરે મને આ જરૂરી સૂચનાઓ આપી રાખી હતી. એના પપ્પા બિઝનેસમૅન હતા અને ટેલિકોમને લગતો વ્યવસાય કરતા હતા. મને આ વાતની ખબર હતી, પણ મને ખબર નહોતી પડતી કે સિમરને અત્યારે આવી રીતની ઓળખાણ કેમ કરાવવી હતી. મને એવી પણ ખબર નહોતી પડતી કે સિમર કેટલીક વાર આટલી ઔપચારિક કેમ થઈ જાય છે. એના પપ્પા ઊંચા હતા અને બાંધો પણ મજબૂત હતો. પણ સિમરે એકવાર મને જે ફૅમિલી પિક્ચર દેખાડ્યું હતું એના કરતા થોડાક વયસ્ક લાગતાં હતાં. જ્યારે એનાં મમ્મી ફોટામાં જેવા લાગતાં હતાં બરાબર એવા જ લાગતાં હતાં. એમનો ગૌરવર્ણ હતો અને પાતળાં લાગતાં હતાં. સિમર સ્વાભાવિકપણે જ એનાં મમ્મી પર પડી હતી. એનાં મમ્મી વકીલ હતાં. મને આ પણ ખબર હતી, પણ સિમરને રોકી શકાય એવું કાંઈ હતું જ નહીં. એના પરિવાર વિશે ફરી કહેવાનો મેં એને સમય આપ્યો. આ બધું જ એ મને કહી ચૂકી હતી. જાણે ભૂતકાળમાંથી કોપી પેસ્ટ કરીને એ મને કહેતી હોય એવું મને લાગતું હતું.

'તારો કૂતરો ક્યાં છે, સિમર ?' મેં એને પૂછ્યું જ્યારે એની ફૅમિલી સ્ટોરીમાંથી આ ભાગ કૉપી પેસ્ટ કરવાનું ભૂલી ગઈ હતી અને મને ખ્યાલ આવ્યો કે આ વખતે એવું કાંઈ કરવાની જરૂર નથી.

'એ ગુજરી ગયો, રેઝા. બે મહિના પહેલાં.' ઉદાસ થઈને એણે કહ્યું. મને ગઈ કાલે જ ખબર પડી.

મેં મારું માથું નીચું નમાવી દીધું એમ વિચારીને કે એમનાં દુ:ખમાં સહભાગી થવાથી એનાં પપ્પા મને થોડા વધારે ગુણ આપશે.

'હું એને બહુ જ મિસ કરું છું અને મારે નવો કૂતરો જોઈએ છીએ, પણ ડેડને પાલતુ પ્રાણીઓ જરાય પસંદ નથી.' એણે ૩૦ સેકન્ડથી પણ ઓછા સમયમાં કહ્યું અને હું જે લાભ ખાટવા માટે વિચારતો હતો એ વિચાર મેં પડતો મૂક્યો.

સિમરના ડેડ વર્કશોપ જવા નીકળતા હતા, પણ એની મમ્મીએ ઑફિસમાંથી રજા લીધી હતી, જેથી કરીને મને મળી શકે.

લંચ દરમ્યાન અમે ઘણી વાતો કરી. અમે એમ પણ કહ્યું કે સિમર અને હું કેવી રીતે મળ્યાં. મારી કરિયર અને મારાં ગોલ વિશે મેં વાત કરી. અમે મારી નૉવેલ વિશે પણ વાતો કરી.

સિમરે કહ્યું કે, 'તમારી નૉવેલ બેસ્ટ સેલર છે?' એના પપ્પાએ પૂછ્યું.

'અઅં. હા.' મેં બને એટલી નમ્રતાથી કહ્યું.

એનું ટાઈટલ – આઇ ટુ હેડ અ લવસ્ટોરી છે બરાબર?' આ વખતે એની મમ્મીએ પૂછ્યું.

'હા જી.'

'હમં. હું જલદી જ વાંચી લઈશ. જોકે સિમરે મને વાર્તા વિશે ઘણું બધું કહ્યું, ગઈકાલે રાત્રે. ખરેખર આટલી લાગણીભરી વાતને કહેવા હિંમતની જરૂર પડે છે.' એના પપ્પાએ ઝુકાવ્યું. હું કાંઈ બોલ્યો નહીં, કારણ કે મને ખબર ન પડી કે મારે શું બોલવું જોઈએ.

એ દિવસે મોડી સાંજે સિમર અને એનાં મમ્મી એમનાં રૂમમાં હતાં ત્યારે હું અને એના પપ્પા ગાર્ડનમાં ચાલતા હતા. બહાર આહ્‌લાદક વાદળ છાયું વાતાવરણ હતું. એક ખૂણામાં માળી નવા ઊગેલા છોડની માવજત કરી રહ્યો હતો. ઘરમાં ઘણાં બધાં નોકર હતાં. વૉચમૅન, માળી, કામવાળી બાઈ વગેરે વગેરે.

'તું સારો છોકરો છે, રવીન.' એના પપ્પાએ કહ્યું.

મેં એમની સામે જોયું. એ આગળ બોલ્યા, 'સિમર અમારું એક માત્ર સંતાન છે. એ બહુ લાગણી અને સંભાળ સાથે ઊછરી છે.'

'હું જાણું છું.' મેં જવાબ આપ્યો. ત્યાર પછી એ સામસામે પ્રશ્ન જવાબનો આખો રાઉન્ડ થયો. છેલ્લે મોડી સાંજની ચા પીવા બેઠાં ત્યારે એમણે ફક્ત એટલું જ કહ્યું, 'સિમરને ખબર નથી પડતી કે એને શું જોઈએ છીએ. તારે એને પૂછી લેવું જોઈએ કે તમે બંને તમારી જિંદગી કઈ રીતે જોડે વિતાવવા ઇચ્છો છો. ગઈકાલે મારે

એની સાથે જે ટૂંકી વાત થઈ એમાં મને જાણવા મળ્યું કે એને ઘણી બધી વાતો તારી સાથે કરવાની બાકી છે. હું આશા રાખું કે તમારા બંનેનો એક સામાન્ય રસ્તો નીકળે.'

એના પપ્પાના શબ્દોએ મને વિચારતો કરી મૂક્યો. મને જોકે ખરેખર સમજાયું નહીં કે એ શું કહેવા માંગતા હતા. એ શું કહી રહ્યા હતા એ જાણવાની મારી ઉત્સુકતા અને મારી ઇચ્છા એ બંને વચ્ચે હું ઝોલા ખાતો રહ્યો, પણ જ્યારે મેં સિમરને ખૂલીને હસતાં અને મારી તરફ આવતાં જોઈ મારી બધી શંકાઓ નાબૂદ થઈ ગઈ. એ એની મમ્મી સાથે હતી અને હાથમાં ડ્રાયફ્રૂટનો બાઉલ લઈને આવતી હતી. પાછળ કામવાળી ચાની ટ્રે અને નાસ્તો લઈને આવતી હતી.

એના પપ્પાએ જલદી ચા પૂરી કરી અને વર્કશૉપ માટે નીકળી ગયા.

સિમર, મમ્મી અને મેં થોડીવાર માટે વાતો કરી. મોડી સાંજ હતી જ્યારે હું એના ઘરેથી નીકળ્યો. એના પપ્પાના આ છેલ્લાં શબ્દો સિવાય બાકી બધું જ બરાબર હતું. સરવાળે હું એનાં કુટુંબને મળીને ખુશ હતો.

હું પાછો ઘરે ન ગયો અને મારી યોજના પ્રમાણે મનપ્રીતને મળવા ગયો. ગુડગાંવની એક આઈ.ટી. ફર્મમાં એ કામ કરતો હતો. આ સમય એને મળવા માટે શ્રેષ્ઠ હતો. અમે છેલ્લાં મળ્યાં એ વાતને લગભગ વર્ષોથી વધુ સમય થઈ ગયો હતો.

એને ફરી મળવું અને કૉલેજના દિવસોને યાદ કરવા એ અદ્ભુત ઘટના હતી. મનપ્રીતે સિમર સાથેના મારા આ સંબંધને કારણે સ્વાભાવિક છે શરાબ તો ખોલવો જ રહ્યો. મોડી રાત સુધી અમે બંનેએ બિયર ઢીંચ્યો. આ દરમ્યાન કૉન્ફરન્સ કૉલ દ્વારા હૈદરાબાદમાં અમરદીપ સાથે અને લંડનમાં હેપ્પી સાથે પણ વાત કરી. ગાંડપણ ભરી એ રાત હતી. હાસ્ય અને પુરુષો કરી શકે એવી વાત સાથેની.

૨૧

રજાઓમાં સિમર એક દિવસ માટે ચંદીગઢ આવી. આમ તો એને બહુ આવવાની ઇચ્છા નહોતી, પણ મેં બહુ આગ્રહ કરેલો મારી મમ્મીને મળવા માટે. એ વખતે ચંદીગઢમાં ફક્ત હું અને મારી મમ્મી જ હતાં. એ દિવસે પપ્પા કોઈ કામસર બહારગામ હતા અને મારો ભાઈ છેલ્લા દસ મહિનાથી એના ક્લાયન્ટના કામ માટે યુ.એસ. હતો.

મારા આગ્રહને કારણે સિમરે તે દિવસે ભારતીય સલવાર-કમીઝ પહેર્યાં હતાં. મને ખબર હતી કે એ પ્રસંગોપાત જ આવાં કપડાં પહેરતી હોય છે, પણ ભારતીય વેશમાં સિમર મને હંમેશાં બેહદ ખૂબસૂરત લાગતી. એ આવી એ દિવસે હું એને લેવા રેલવે સ્ટેશન ગયો અને અમે બંને મારા ઘરે પહોંચ્યાં.

એ દિવસોમાં અમે ચંદીગઢમાં ભાડાના ઘરમાં રહેતા હતા. જેવા અમે ઘરે પહોંચ્યા સિમરે આજુબાજુ જોયું, પણ કંઈ બોલી નહીં. ખરેખર નાનું ઘર હતું અને એના પોતાના ઘરની સરખામણીમાં તો ઘણું નાનું.

'બસ ત્રણ મહિનામાં મારો નવો ફ્લૅટ તૈયાર થઈ જશે અને સમય મળશે તો આજે જ હું તને એ બતાડવા લઈ જઈશ.' એની અસ્વસ્થતા જોતાં મેં કહ્યું.

'અરે હા રેવ્ઝ, હું તને તારા ફ્લૅટ વિશે પૂછવાનું જ ભૂલી ગઈ.' એણે ઉત્સાહથી કહ્યું.

એ દરમિયાન મમ્મી લિવિંગ રૂમમાં આવી. રોજની જેમ મમ્મી મકાનમાલિકણની સાથે એમને ત્યાં વાતો કરવા ગઈ હતી.

મેં સિમરની મમ્મી સાથે ઓળખાણ કરાવી. બંનેએ સરસ રીતે મજાથી વાત શરૂ કરી. મેં બને ત્યાં સુધી શાંત રહેવાનું અને જરૂર પડ્યે બોલવાનું પસંદ કર્યું. મમ્મી સિમરને મળીને ખૂબ ખુશ હતી. થોડી વાર પછી એણે અમને જ્યૂસ અને નાસ્તો આપ્યા અને ફરી અમે લિવિંગ રૂમમાં ગોઠવાયાં.

એના ઘરથી વિરુદ્ધ મારા ઘરે વાતાવરણ ખાસ્સું મજાનું અને આરામદાયક હતું અથવા તો મને એવું લાગતું હતું. હું મારા ઘરમાં હતો. સિમર અને હું બેલ્જિયમમાં હતા એ વખતના કેટલાક રમૂજી કિસ્સા મેં કહ્યા અને અમે લોકો હસી પડ્યાં. મારે સિમરને પણ આરામદાયક પરિસ્થિતિમાં રાખવી હતી અને હું એમાં સફળ થયો.

એટલી હદ કે સુધી સિમરે બેલ્જિયમમાં મારી નાનામાં નાની વાતો વિશે પણ મમ્મીને ફરિયાદ કરી. મારી મમ્મી હસતી રહી અને જ્યારે એ હસતી નહોતી અથવા તો બેલ્જિયમની સિમરની વાતો નહોતી સાંભળતી ત્યારે એ સિમરને એના કુટુંબ વિશે પૂછતી અને સિમરને મારા પપ્પા અને ભાઈ વિશે કહેતી.

ખાસ્સી વાર સુધી અમે લોકોએ વાતો કરી. મમ્મીએ મને બજારમાં જઈને જમ્યા પછી ખાવા માટે મીઠાઈ લઈ આવવા કહ્યું અને મમ્મી અને સિમરને એકલાં વાતો કરતાં મૂકીને હું નીકળ્યો.

બપોરે ડાઈનિંગ ટેબલ પર જમવાની તૈયારી કરતી વખતે અમે ત્રણે પાછાં મળ્યાં. સિમર મારી મમ્મીને રસોઈમાં મદદ કરાવવા ઇચ્છતી હતી, પણ એને ખબર નહોતી પડતી કે કઈ રીતે મદદ કરવી. બેલ્જિયમમાં જ્યારે રસોઈની વાત આવતી ત્યારે એ જવાબદારી ફક્ત મારી રહેતી, એટલે હવે સિમરને આ ક્ષોભજનક પરિસ્થિતિમાંથી ઉગારવા મેં એને સલાડને સજાવવાનું કામ સોંપી દીધું.

'થૅન્ક્યુ.' સિમર મારા કાનમાં ગણગણી.

મારી મમ્મીનું ધ્યાન ન જાય એ રીતે મેં એના ગાલ પર હળવું ચુંબન કરી દીધું.

જ્યારે એને મારા ચુંબન વિશે ખબર પડી ત્યારે સિમર બેબાકળી થઈ ગઈ. ખાસ તો એટલા માટે કે મમ્મી રસોડામાં અમારાથી ફક્ત એક ડગલું દૂર હતી. એણે મારી સામે આંખો કાઢી અને દૂર રહેવાની નિશાની કરી. મેં એનાથી બરાબર ઊલટું કર્યું. હું એની નજીક ગયો અને ઝીણી ચૂંટલી ખણી. હું તોફાની રીતે હસતો રહ્યો અને એના ચહેરા પરનો આઘાત જોઈને આનંદ લૂંટતો રહ્યો. મારી મમ્મી આ બધાંથી બેખબર પોતાનું કામ કરતી હતી. અચાનક વાગેલી પ્રેશરકૂકરની સિટીએ અમારું ધ્યાન એ તરફ ખેંચ્યું.

'આન્ટી, ટામેટા અને કાકડી ક્યાં છે ?' સિમરે કુશળતાથી મારી મમ્મીનું ધ્યાન પોતાની તરફ ખેંચવા પૂછ્યું જેથી હું તોફાન કરતો અટકું.

અમે જમવા બેસી ગયાં. મમ્મીએ ખરેખર સ્વાદિષ્ટ રસોઈ બનાવી હતી.

'આન્ટી, તમે બહુ સરસ રસોઈ બનાવી છે.' સિમરે કહ્યું.

આના કારણે મારી મમ્મીને વધારે પનીર અને રાયતું પીરસવાની ચાનક ચડી. સિમરે ના પાડવાનો પ્રયત્ન કર્યો, પણ નિષ્ફળ રહી. સિમરે મારી સામે અસહાયતાથી જોયું અને હું હસતો રહ્યો.

'આજકાલના છોકરાઓ કંઈ ખાતા જ નથી.' મારી મમ્મીએ એટલું જ કહ્યું.

સિમરને ખબર પડી ગઈ કે હવે ના પાડવાનો કોઈ અર્થ જ નથી.

અઢી વાગે લગભગ અમે જમીને ઊભાં થયાં. નસીબજોગે બહાર વાતાવરણ આહ્‌લાદક હતું. સિમરને સાંજની શતાબ્દીમાં દિલ્હી પાછા જવાનું હતું.

'ચાલ, તને ચંદીગઢ બતાવું.' ઊભા થતા મેં કહ્યું.

'આ સમયે ? થોડો આરામ કરીને જાવ ને.' મમ્મીએ સૂચન કર્યું.

'મા, એની ટ્રેન સાંજે સવા છની છે. અમારી પાસે બહુ સમય નથી.' મેં જવાબ આપ્યો.

પણ મારી મમ્મીએ સિમરને હજુ તેની સાથે બેસવા આગ્રહ કર્યો. મેં સંમત થતાં કહ્યું, 'તો પછી અમે પાછાં નહીં આવીએ અને હું એને સ્ટેશન મૂકીને જ ઘરે આવીશ.'

મારી મમ્મીને વાંધો નહોતો. મેં એને અમારી સાથે વાતો કરવા કહ્યું, પણ મને લાગ્યું અમને બંનેને એકાંત પૂરું પાડીને એ ડહાપણભર્યું કામ કરી રહી હતી.

પછીના અડધો કલાકમાં અમે ચંદીગઢના જાણીતા સેક્ટર-૧૭ના બજારમાં હતાં.

'રેજી, આ તો યુરોપિયન સ્ટાઇલ માર્કેટ છે યાર. અદ્ભુત છે.' સિમરે કહ્યું.

'તને ગમ્યું ?' મેં પૂછ્યું

'અરે, બહુ જ ગમ્યું.' એણે જવાબ આપ્યો.

અમે બંનેએ આઇસક્રીમ કૉન લીધા અને માર્કેટનું ચક્કર માર્યું. અમે જોકે કંઈ લીધું નહીં, પણ વિન્ડો શૉપિંગનો આનંદ લીધો.

મેં એને શક્ય એટલું ચંદીગઢ શહેર દેખાડવાનો પ્રયત્ન કર્યો. એ દિવસે મોડા જાણીતા રૉક ગાર્ડન પાસેથી પણ અમે પસાર થયાં, પણ અંદર ન ગયાં. અમારી પાસે સમય ઓછો હતો. એને બદલે અમે સુખના તળાવ ગયાં.

અમે વાહન બહાર જ પાર્ક કરી દીધું અને મુખ્ય દરવાજાથી અંદર પ્રવેશ્યાં. દરવાજા પાસે નાનકડી રેસ્ટોરન્ટ હતી અને બાળકો માટે રમકડાં અને થોડુંઘણું ખાવાનું વેચતા ફેરિયાઓ પણ હતા. અમે જે સમય પસંદ કર્યો હતો એ સમયે ત્યાં માણસો વધુ નહોતા. સામાન્ય રીતે સાંજ પડ્યે તળાવકિનારે ઘણા બધા લોકો આવતા હોય છે.

દરવાજાથી પસાર થઈને અમે તળાવકિનારા તરફ પહોંચ્યાં. વાતાવરણ શાંત હતું. એકબાજુ હરિયાળી છવાયેલી હતી, પામનાં વૃક્ષો, બોન્સાઈ અને રંગબેરંગી ફૂલો ને બીજી બાજુ આંખને ઠારતું પાણી. તળાવની પાછળ કસૌલીની પહાડીઓ હતી અને આખાય દૃશ્યને રમણીય બનાવતી હતી. તળાવના શાંત પાણીમાં આકાશના વાદળોનું પ્રતિબિંબ પડતું હતું. તળાવકિનારે દર વીસ મીટરે મૂકેલા ઓડિયો સ્પિકર્સમાંથી શાસ્ત્રીયસંગીતનો હળવો સૂર કાને પડી રહ્યો હતો. ક્યારેક ક્યારેક તળાવમાં તરતા બતકોનો અવાજ આ સંગીતમાં ખલેલ પહોંચાડતો હતો.

'વાઉ,' તળાવ અને આજુબાજુની હરિયાળી જોઈને સિમર બોલી ઊઠી, 'ખરેખર શ્વાસ રોકાઈ જાય એટલી સુંદર જગ્યા છે.'

જગ્યાને કારણે બેલ્જિયમમાં અમે વિતાવેલી કેટલીયે ક્ષણો ફરી અમારી નજર સામે જીવંત થઈ ઊઠી. અમે જ્યારે મેકલેનના તળાવે જતા હતા ત્યારની વાતો અમે યાદ કરી. હાથમાં હાથ પરોવીને અમે તળાવના કિનારે કિનારે ચાલતા રહ્યા.

'લગ્ન પછી આપણે અહીં વારંવાર આવીશું.' મેં કહ્યું.

એણે મારા વાક્ય પર કોઈ પ્રતિક્રિયા ન આપી. ઊલટાનું એના ચહેરા પરનું સ્મિત મેં વિલાતું જોયું. શું થયું એ જાણવા મેં એની સામે જોયું.

'રેઝ, મારે તને કંઈ પૂછવું છે.' એણે કહ્યું.

'તો પૂછને.' અચાનક એના દિમાગમાં શું આવ્યું હશે એ વિચારતા મેં કહ્યું.

'આપણે લગ્ન પછી ચંદીગઢ રહીશું ?'

હું ચાલતો અટકી ગયો અને મેં એની સામે જોયું.

'એનો શું અર્થ, સિમર ?' મેં સામે પ્રશ્ન પૂછ્યો, 'હાસ્તો વળી.'

'રેઝ, મને હતું આપણે બેલ્જિયમમાં રહીશું.'

'શું ?' હું જોરથી હસી પડ્યો, 'તને શું થઈ ગયું છે, સિમર ?'

'હું ભણું છું ત્યાં અને ત્યાં જ મને સરસ નોકરી પણ મળશે.'

'એક વાર તારું ભણવાનું પૂરું થઈ જાય પછી તું ઇન્ડિયામાં પણ સરસ નોકરી મેળવી જ શકીશ.'

એ કંઈ બોલી નહીં, પણ શાંત રહી. જાણે કે વિચાર કરતી હોય. અમે ફરી ચાલવાનું શરૂ કર્યું.

'રેઝ, ભણવાનું પૂરું થયા પછી મારે તરત લગ્ન નથી કરી લેવા. એકાદ વર્ષ કામ કરવું છે.' એકદમ જ એણે આજીજી કરી.

'સિમર, તને શું થઈ ગયું છે ? બેલ્જિયમમાં આપણી ચર્ચાઓ દરમિયાન મેં તું ઇન્ડિયા પાછી આવે કે તરત જ લગ્ન કરવાની અને ઠરીઠામ થવાની ઇચ્છા કેટલીયે વાર વ્યક્ત કરી છે. એ વખતે તું પણ સંમત થઈ હતી.'

'પણ એક છોકરી માટે લગ્નજીવન શરૂ થાય એ પહેલા નોકરીનો અનુભવ મેળવવો એ ઘણું મહત્ત્વનું છે. પછીથી એ અઘરું થઈ પડે છે.'

'પણ બિઝનેસ સ્કૂલમાં ઍડમિશન લેતા પહેલા તેં બે વર્ષ કામ કર્યું છે. અઘરું નહીં પડે અને જો અઘરું પડે તો પણ મને વાંધો નથી કે તું પહેલા નોકરી લઈ લે, પણ તું ગ્રૅજ્યુએટ થઈ ગયા પછી આખું વર્ષ રાહ જોવાની મારી કોઈ તૈયારી નથી.'

સિમર એના ભવિષ્ય માટે થોડી અસુરક્ષિત હોય એવું મને લાગ્યું. આવી સિમરને મેં ક્યારેય જોઈ નહોતી. મેં એને આશ્વાસન આપવાનું વિચાર્યું, પણ મને ચોક્કસ એ ખબર નહોતી પડતી કે એના મનમાં શું હતું. અમે થોડી વધારે વાતો કરી.

'પણ સ્વીટહાર્ટ,' મેં આગળ કહ્યું, 'આ બધું જ તું અહીં ઇન્ડિયામાં પણ કરી શકે ને ? તારાં મમ્મી-પપ્પાની પણ એવી જ ઇચ્છા હશે ને કે તું એમની નજીક હોય ?'

'મારા પપ્પા અહીંયા એમનો ધંધો સમેટી લઈને મારા કાકા સાથે બેલ્જિયમમાં જોડાવાનું વિચારી રહ્યા છે. જોકે એને થોડો સમય લાગશે.'

'ઓહ, એનો અર્થ એમ કે તારું આખું કુટુંબ બેલ્જિયમ સ્થળાંતર કરી લેશે ?'

'હા, વહેલા કે મોડા.'

હવે મને ખબર પડી કે સિમર શું વિચારતી હતી. થોડી વાર પછી નમ્રતાથી મેં કહ્યું, 'પણ સિમર હું બેલ્જિયમ નહીં આવી શકું. હું ત્યાં ફક્ત કંપનીનો પ્રોજેક્ટ કરવા માટે આવેલો. બેલ્જિયમમાં જ મારે ઘણી વાર હજુ જવું પડશે અને ભવિષ્યમાં બીજા દેશોમાં પણ જવું પડશે, પણ જ્યાં ઠરીઠામ થવાની વાત આવે ત્યાં હું ચંદીગઢમાં જ રહેવાનું પસંદ કરીશ. મેં તને આપણા માટે જે ફ્લૅટ બંધાઈ રહ્યો છે એની પણ વાત કરી છે ને ?'

અમારા બેમાંથી કોઈ થોડી વાર સુધી બોલ્યું નહીં.

છવાયેલી શાંતિનો ભંગ કરતા મેં પૂછ્યું, 'પરદેશમાં રહેવાની ઇચ્છા તને ક્યારથી હતી ?'

'જ્યારથી હું ત્યાં હતી.'

'પણ તેં ક્યારેય મને આ કહ્યું નથી, સિમર.'

પાણી તરફ સિમર જોતી રહી. જવાબ આપતાં એણે થોડી વાર લગાડી, 'મને હતું કે આ આમ જ હશે, આપણે બેલ્જિયમમાં મળ્યાં, બેલ્જિયમમાં સાથે રહ્યાં, મને હતું કે આપણે આ જ રીતે આખી જિંદગી સાથે રહીશું.'

'પણ જ્યારે જ્યારે આપણા ભવિષ્ય વિશે હું વાત કરતો હતો, હું તને હંમેશાં મારા કુટુંબ સાથે રહેવાની વાત કરતો હતો. એ વખતે તેં કંઈ કહ્યું નહીં. હવે તું એમ કહેવા માગે છે કે તું તારાં માતાપિતા વિના નહીં રહે અને એટલે તું બેલ્જિયમ રહેવા માગે છે ?'

'એવું જ કંઈક.' એણે ઉતાવળે જવાબ આપ્યો.

'પણ ત્યાં તો તું લગભગ બે વર્ષથી તારા એમ.બી.એ.નો અભ્યાસ કરવા માટે રહે છે અને એ પણ માતાપિતા વિના અને કોઈ તકલીફ વિના.'

એની પાસે કહેવા જેવું કંઈ બહુ હતું નહીં. એ શાંત રહી. હું એની વાત સમજવા માગતો હતો, પણ કોઈક કારણસર એનાં કારણો અને વિચારો મને બરાબર નહોતાં લાગતાં. અમારી ચર્ચાઓ ધાર્યા કરતા વધારે ચાલી અને મારો નવો ફ્લૅટ સિમરે જોવાનું મૂલતવી રાખવું પડ્યું. વિષયના મૂળ સુધી પહોંચ્યા વિના અને એને

મનાવી શક્યા વિના મેં વાત બંધ કરી દીધી. પણ છતાંય મેં એને મારું કારણ જણાવ્યું. કદાચ એ એનું મન બદલે. 'મારે મારાં માતાપિતાનો ખ્યાલ રાખવાનો છે. એ લોકો વૃદ્ધ થઈ રહ્યાં છે અને મારા પપ્પા બહુ જ જલદી રિટાયર્ડ થશે. મારો ભાઈ યુ.એસ.માં ગ્રીન કાર્ડ માટે એપ્લાય કરવાનો છે અને એ ત્યાં જ સ્થાયી થશે. મારાં માતાપિતા ત્યાં પરદેશમાં નહીં રહી શકે. ત્યાંનું જીવન એમને માફક નહીં આવે.'

પાછા જતા કારમાં મેં વિષય બદલી નાખ્યો અને એનો મૂડ ઠીક કરવાનો પ્રયત્ન કર્યો. મેં કહ્યું, 'ચિંતા નહીં કરતી. બધું ઠીક થઈ જશે, કારણ કે અંતે તો આપણે એકબીજાને પ્રેમ કરીએ છીએ.'

ચંદીગઢ રેલવે સ્ટેશન પર સિમર શતાબ્દીમાં ચડી ગઈ. ટ્રેન ઊપડી ત્યાં સુધી હું પ્લૅટફૉર્મ પર ઊભો રહ્યો. તમે જેને ચાહતા હો એને એકલા જતા જોવા એ બહુ પીડાદાયી હોય છે. મને યાદ આવ્યું એણે પણ આવું જ કર્યું હતું જ્યારે હું બેલ્જિયમ ઍરપૉર્ટ જવા નીકળી રહ્યો હતો.

૨૨

'પણ ઇન્ડિયામાં વાંધો શું છે ?'

'ત્યાં ગોઠવાવું મને બહુ અઘરું પડશે, રેક્ઝ.'

સિમર બેલ્જિયમમાં હતી અને અમે ઇન્ટરનેટ પર ચૅટ કરી રહ્યા હતા.

સિમર ઇન્ડિયામાં હતી એ દિવસો આંખના પલકારામાં પસાર થઈ રહ્યા હતા. ઇન્ડિયામાં અમે સાથે રહી શક્યા એ સમય ઘણો ઓછો હતો, પણ અમે એકબીજાના કુટુંબને મળી શક્યા એ ખરેખર અમૂલ્ય સમય હતો. જોકે ચંદીગઢમાં તળાવકિનારે શરૂ થયેલી ચર્ચા હજુ પણ પૂરી નહોતી થઈ. મેં ધાર્યા કરતા આ ચર્ચા વધુ ચાલી હતી, પણ મને ચિંતા આ ચર્ચા જે રીતે ચાલી રહી હતી એ વાતની હતી.

'ગોઠવાવું ?'

'મને ખબર નથી, રેક્ઝ. પણ મને અહીંયા વધુ ફાવે છે.'

'અને ફાવવા માટેનાં કારણો શું છે ત્યાં ?'

'કારણ કે હું અહીંયા છેલ્લાં બે વર્ષથી છું.'

'તું ઇન્ડિયામાં ૨૨ વર્ષ સુધી રહી છે એટલે એ કારણ તો આપીશ જ નહીં.'

મારા વાક્યનો એણે જવાબ ન આપ્યો. જ્યારે પહેલી વાર સિમરે બેલ્જિયમમાં રહેવાનું કહ્યું. મને લાગ્યું હતું કે એ મજાક કરી રહી છે અને જો મજાક નહીં તો આ એની બાળક જેવી, ગાંડીઘેલી ઇચ્છા છે. મને હતું કે બહુ જલદી હું એનું મન બદલી શકીશ, પણ ૨૦ દિવસ પછી પણ સિમર એની વાતને વળગેલી રહી હતી અને ઇચ્છતી હતી કે હું એની સાથે સંમત થાઉં. એવી વાત જેને કોઈ તાર્કિક કારણ જ નહોતું.

'પ્લીઝ રેક્ઝ, અહીંયા રહેવાનું મારું સપનું હતું. તારી સાથે અહીં રહેવાનું. આપણે જે સમય સાથે ગાળ્યો એ સમય ફરી આપણે અહીં ગાળીશું. હું અહીંયા કામ કરવા માંગું છું અને તારી સાથે આખુંય યુરોપ ફરવા માંગું છું. આ મારું સપનું છે.'

મેં એને વચ્ચેથી જ રોકી, 'અને મારા સપનાનું શું ? ચંદીગઢના મારા નવા ફ્લૅટનું શું ?'

'તારાં મમ્મી-પપ્પા ત્યાં રહેશે ને ?'

'મારે એમને એકલાં નથી રહેવા દેવા. એ લોકો ઘરડાં થશે અને એમને સંભાળ રાખવા માટે આપણી જરૂર પડશે.'

દર વખતની જેમ જ હું એનું મન બદલવામાં નિષ્ફળ રહ્યો. હું એના સપનાંની વિરોધમાં નહોતો, પણ હું એને એવાં સપનાંઓ જોતી કરવા ઇચ્છતો હતો જે સપનાંઓ પૂરાં થવા માટે અમારા જીવન વિખેરાઈ ન જાય. અચાનક જ કોઈ કારણ વગર દેશ છોડીને બીજા દેશમાં સ્થાયી થઈ જવું એ ઠીક તો નથી જ અને મને એ ખ્યાલ નહોતો આવતો કે આ પહેલા ક્યારેય પણ એણે યુરોપમાં સ્થાયી થવાની ઇચ્છા કેમ વ્યક્ત નહોતી કરી. હવે હું સમજી રહ્યો હતો કે આ વાત એના મૂડસ્વિંગમાંની એક વાત નહોતી. સિમર ખરેખર આ વાતને લઈને ગંભીર હતી.

અમારી વચ્ચે આ ચર્ચા થોડા દિવસો નહીં, મહિનાથી પણ વધારે ચાલી અને અંતે પણ કંઈ બદલાયું નહીં. મને એવો વિચાર પણ નહોતો કે સિમર અને હું કોઈ પણ એક વિષયને લઈને આટલી લાંબી ચર્ચા કરી શકીએ. આવું પહેલી વાર બન્યું હતું. દરેક વસ્તુ પહેલી વાર તો બને જ છે. આ જ તો જિંદગી છે, મેં વિચાર્યું.

'જ્યારે સ્ત્રીઓ કોઈ વાતમાં રસ લે છે ત્યારે ન ધારેલું જ બને છે.'

હું જ્યારે હેપી સાથે આ બધી વાત કરતો હતો ત્યારે હેપીએ આમ કહ્યું હતું. અંતે અમે બંને હસી પડ્યાં હતાં. આ સિવાય એની પાસે કહેવા માટે કંઈ હતું પણ નહીં.

એ પછી વાત સરળ નહોતી રહી. ઊલટાનું વાત વધુ ને વધુ ગંભીર બનતી જતી હતી. એ માનવું મુશ્કેલ હતું કે કેવી નાની વાતો બધું જ ખેદાનમેદાન કરી રહી હતી. મારે આ બધું રોકવું હતું. એની સાથે સંમત થવા માટે હું કોઈક તાર્કિક કારણો શોધતો હતો અને દર વખતે નિષ્ફળ જતો હતો. આ સમયગાળા દરમિયાન સિમર અને હું ઘણા સંબંધો અને લાગણીના ઉતારચડાવમાંથી પસાર થયા. અમે એકબીજા સામે બૂમો પાડતા, આખો આખો દિવસ વાતો ન કરતા, અઢળક રડતાં અને પછી એકબીજાને સાંત્વન આપતા. અમારા સંબંધોની દિશા બદલાઈ હતી. અમારો પ્રેમ એવી વાતોનો સાક્ષી બનતો હતો જે એણે ક્યારેય જોયું નહોતું.

જ્યારે સિમર મારી જિંદગીમાં પહેલી વાર આવી હું લગભગ ચેતનાહીન હતો. મારા હૃદયના કોઈક ખૂણે હું મારા પહેલા પ્રેમને ખોવાનો શોક મનાવતો હતો. સિમરે મને મારી જિંદગી પાછી આપી. એણે ફક્ત મને આનંદ જ ન આપ્યો, એ જ મારા જીવનનો આનંદ બની ગઈ.

આ વિચાર સાથે મેં મારી જાતને એની રીતે વિચારવા પર મજબૂર કરી. એ

મારી સાથે કેવી જિંદગી જીવવા ઇચ્છે છે એવું વિચારવાનું શરૂ કર્યું. પ્રામાણિકતાથી કહું તો એની દલીલનો અતાર્કિક ભાગ મેં અવગણવાનો શરૂ કર્યો અને એ જે ઇચ્છતી હતી એની ગુણવત્તા વિશે વિચારવાનું શરૂ કર્યું.

જો સિમર ખુશ ન હોય તો હું પણ ખુશ ન જ રહી શકું. મેં એ રીતે વિચારવાનું શરૂ કર્યું.

મારી થિયરી કે વેલ્થ, વુમન અને વાઇન અથવા તો આ ત્રણમાંથી એક તો ખરું જ – પુરુષની નબળાઈ હોય છે. એ ફરી સાચી પડી રહી હતી અને કમનસીબે હું અહીં પુરુષ હતો અને સિમર સ્ત્રી, મારી નબળાઈ. મારી પાસે તો નબળા થવાનું વધુ એક કારણ હતું.

એક વાર હું મારા પ્રેમને ખોઈ ચૂક્યો હતો. મારે ફરી મારા પ્રેમને ખોવો નહોતો.

એક સાંજે જ્યારે આલ્કોહૉલ સાથે હું થોડો નશામાં હતો, મેં સિમરને ઇ-મેલ લખ્યો.

એ છોકરીને જેણે મને બટરફ્લાય કિસ કરતા શીખવ્યું.

છેલ્લા કેટલાક મહિનાઓ આપણા બંને માટે બહુ ત્રાસદાયક રહ્યા છે અને સિમર હું તને બહુ જ મિસ કરું છું. હું જાણતો નથી, યુરોપમાં રહેવું મારા માટે કેટલું અઘરું બની રહેશે, પણ તને દુઃખી જોવી એ તો એનાથીયે વધુ અઘરું છે.

હું તારી સાથે ખૂબસૂરત જિંદગી જીવવા ઇચ્છું છું, પણ હું એ વાતનો ઇન્કાર કરી શકું એમ નથી કે મારા ખભા પર બહુ મોટી જવાબદારીઓ છે. હું મારી જવાબદારીઓ અને મારી જિંદગીને સમતોલ કરવા માગું છું. હું તને ખુશ જોવા માગું છું. મને થોડો સમય આપ. એ જોવા માટે કે બેલ્જિયમ આવવા માટે મારી પાસે કેટલી તકો છે.

તારો જ.

રેજા.

૨૩

મારા ભાગના બલિદાન પછી જીવન પાછું સરળતાથી ચાલવા લાગ્યું. સિમર માટે એના જીવનની બધી જ ખુશીઓ એને પાછી મળી ગઈ હતી. એણે મને હજારો વાર થૅન્ક્યુ કહ્યું હતું. જ્યારે જ્યારે ભવિષ્યની એ વાતો કરતી હંમેશાં એ સપનાંમાં કંઈક નવું ચોક્કસ ઉમેરતી. એ મને કહેતી કે, આપણે લિવિંગ રૂમ કઈ રીતે ડેકોરેટ કરીશું, વરસાદમાં શું રાંધીશું, હોલીડે માટે ક્યાં જઈશું અને ઘણું બધું... ઘણી વાર તો એનાં સપનાં એટલાં ઝડપથી દોડતાં કે એ મોટાં ઘર, મોંઘી ગાડીઓ અને વૈભવી જીવનશૈલીની વાતો કરતી. ઘણી વાર એની અપેક્ષાઓ મને ડરાવી મૂકતી. પણ અંતે હું આ બધા કાલ્પનિક ભયને ત્યજી દેતો અને મારી જાતને મનાવવાની કોશિશ કરતો કે સિમર ફરી એનાં ગાંડાઘેલાં સપનાંઓમાં ખોવાઈ ગઈ છે અને સ્વાભાવિક છે કે એનાં સપનાંમાં હું હોઉં જ. આમાં કંઈ ડરવા જેવું નથી એવું હું મારી જાતને કહ્યા કરતો. આખરે તો એ જે કહી રહી છે એ રાતોરાત થવું જરૂરી તો નથી. હકીકતે તો એ આશાવાદી છે અને સારા ભવિષ્યની તો વાત કરે છે.

જ્યારે એ સપનાંઓ અને એના એમ.બી.એ.ની વાતોમાં ગોઠવાયેલી રહેતી હું અહીંયા કામે લાગી ગયો હતો. ઇન્ડિયાથી જતા પહેલા મારે શું શું કરવું જોઈએ એ નક્કી કરવું જરૂરી હતું. ઘણી બધી બાબતો એવી હતી જે ધ્યાન આપવા યોગ્ય હતી. જેમાં મારી નોકરી, મારું કુટુંબ અને મારો ફ્લૅટ એ સૌથી અગત્યની બાબતો હતી.

મારો વિચાર એવો હતો કે આ બધા જ બદલાવ મારી જિંદગીના બદલાવ સાથે થાય – લગ્ન. સિમરની અપેક્ષાઓને પૂરી કરવા માટે મેં જે ફેરફારો સ્વીકાર્યા હતા એ જોતા તો મારા અને સિમર માટે લગ્ન નક્કી કરી નાખવા એ જ યોગ્ય હતું, પણ જ્યારે જ્યારે હું લગ્નની વાત કરતો સિમર એ વાતને બાજુ પર ઠેલી દઈને એની ફાઈનલ પરીક્ષાની વાત કરતી. એ કહેતી કે, આ વિશે વિચારવા માટે એને ખરેખર શાંતિ જોઈશે.

મને પણ એમ લાગ્યું કે સિમર એની પરીક્ષાઓ ઉપર ધ્યાન આપે એ વધારે યોગ્ય છે અને લગ્ન જેવી વાતમાં માતાપિતા નક્કી કરે એ વધારે સારું રહેશે. આવું વિચારીને મેં એના પપ્પાને ગુડગાંવ ફોન જોડ્યો. જેવો મેં ફોન જોડ્યો, મને એમની સાથેની છેલ્લી મુલાકાત અને એમણે કહેલા શબ્દો યાદ આવી ગયા.

શરૂઆતની વાતચીત બાદ મેં એમને મારી અને સિમરની વચ્ચે છેલ્લા કેટલાક દિવસો દરમિયાન જે વાતચીત થઈ એ જણાવી. હું બેલ્જિયમ શિફ્ટ થવાના પ્લાન કરું છું એ પણ કહ્યું. જોકે સિમરે એમને આ બધું જ કહ્યું હતું.

જે મૂળ વાત માટે મેં ફોન કર્યો હતો – અમારા લગ્ન, એ વાત એમણે ધીરજથી સાંભળી.

'હં અને તમારો જે ફ્લૅટ બંધાતો હતો એનું શું થયું ?' એમણે પૂછ્યું.

'બહુ જ જલદી મને પઝેશન મળી જશે, મોટા ભાગે તો ઇન્ડિયા છોડું એ પહેલા. હું એને ભાડે આપી દેવા વિચારું છું.'

તારાં માતાપિતાનું શું, રવીન ?'

'એ લોકો મારી સાથે આવશે. જોકે મારે એમની સાથે વાત કરવાની બાકી છે, પણ મને વિશ્વાસ છે કે હું એમને મનાવી શકીશ.'

'હં. મને આનંદ થશે જો એવું થશે તો, પણ સિમરને આ વાતની ખબર છે ?'

'શું ખબર છે અંકલ ?'

'એ જ કે તારું કુટુંબ તારી સાથે આવશે ?'

'હજી અમે આના વિશે લંબાણથી વાત નથી કરી, પણ એને ખ્યાલ હોવો જ જોઈએ, પણ તમે કેમ પૂછો છો ?'

જવાબ આપતા પહેલા એના પપ્પાએ ઊંડો શ્વાસ લીધો.

'રવીન, મને ખબર છે સિમરે તને બેલ્જિયમ જવા માટે આગ્રહ કર્યો છે, પણ જ્યારે એણે આવું કહ્યું ત્યારે તેં શોધવાનો પ્રયત્ન કર્યો કે એ કેમ આવું કરવા ઇચ્છતી હતી ?'

'મેં પૂછ્યું હતું અને એણે જે પણ મને કારણો આપ્યાં હતાં એ મને અતાર્કિક લાગ્યા હતા. કદાચ એ જે રીતે જીવનના અને ભવિષ્યના સપનાં જોતી હતી એ રીતે...' મેં મારો જવાબ અધૂરો રાખ્યો.

સિમરના પપ્પાએ હું આગળ બોલું એની રાહ જોઈ, પણ હું ન બોલ્યો અને ધીરેથી એ ફરી બોલ્યા.

'રવીન, તને જો યાદ હોય તો તું અહીંયા હતો ત્યારે મેં તને કહ્યું હતું કે સાથે સફળ જીવન જીવવા માટે તમે એક જ સ્તર પર હો એ બહુ જરૂરી છે. મેં તને કહ્યું હતું કે સિમર લાડકોડથી ઊછરેલી છે. કોઈ વાર એ બહુ જ ધાર્યું કરાવે છે. તને તો અત્યાર સુધી અનુભવ થઈ જ ગયો છે. બીજી વાત એ છે કે સિમર હંમેશાં પોતાની રીતે સ્વતંત્ર રહેવા ઇચ્છે છે. આ એક વસ્તુ છે જેમાં એ બહુ ચોક્કસ છે. કડવું સત્ય તો એ છે કે સિમર તારી સાથે પરદેશમાં એટલા માટે રહેવા માગે છે, કારણ કે એ ફક્ત તારી સાથે રહેવા માગે છે.'

'ફક્ત મારી સાથે એટલે શું ?' મેં પૂછ્યું.

'એની સાથે વાત કર, તારે કરવી જોઈએ.'

એના પપ્પાએ આગળ વાત કરી અને હું સમજતો ગયો કે સિમર શા માટે ભારતની બહાર રહેવા માગતી હતી. એ ફક્ત મારી સાથે રહેવા માગતી હતી. મારા કુટુંબ સાથે નહીં. સિમરનાં સપનાંઓ એક ક્ષણમાં મારી નજર સામેથી પસાર થઈ ગયાં અને મને યાદ આવ્યું કે એક પણ સપનામાં મારાં માતાપિતા નહોતાં. સિમરે ક્યારેય પણ મારાં માતાપિતા સાથે રહેવાની વાત નહોતી કરી. ઊલટાનું મને યાદ આવ્યું કે હું હંમેશાં કહેતો હતો કે આપણે આપણાં માતાપિતાની સંભાળ લઈશું અને એમનાં આશીર્વાદ પામીશું. સિમરને ખબર હતી કે મારા માટે કુટુંબ અને સંબંધો કેટલાં અગત્યનાં હતાં. એને એ પણ ખબર હતી કે મારાં માતાપિતા ભારતની બહાર જવા તૈયાર નહોતાં.

જેમ જેમ આ બધી વાતો મારા મગજમાં સ્પષ્ટ થતી ગઈ હું અસ્વસ્થ થવા લાગ્યો. મારી પાસે કહેવા જેવું કંઈ હતું જ નહીં. હું ફક્ત એના પપ્પાની વાત સાંભળતો રહ્યો અને અત્યાર સુધી હું જે નહોતો સમજ્યો એ સમજવાની કોશિશ કરતો રહ્યો.

'સિમર એની જિંદગીમાં પ્રગતિ કરી રહી છે. અમે હંમેશાં એને રસ્તો દેખાડ્યો છે. મોટા ભાગે અમારો દેખાડેલો રસ્તો એણે પસંદ કર્યો છે ખરો, પણ એની પર એકલા ચાલવાનું એણે પસંદ કર્યું છે. એણે હંમેશાં હૉસ્ટેલમાં રહેવાનું પસંદ કર્યું, અહીં દિલ્હીમાં હોવા છતાં. અમે એની ઇચ્છાઓ સ્વીકારી લીધી. એ જાણીને કે એ એનું જીવન બરબાદ નથી કરી રહી ને ? એ સ્વતંત્ર છોકરી છે અને પોતાનું જીવન પોતાની રીતે જીવવા માગે છે. મને પણ જ્યાં સુધી એ વ્યવસ્થિત રીતે જીવી શકે ત્યાં સુધી એ વાતમાં વાંધો નથી લાગતો. તકલીફ એક જ વાતની છે કે એ પોતાના વિચારો પોતાની પાસે જ રાખે છે અને મને લાગે છે કે આ વાત એણે તને પણ નથી કહી. હું મારો વ્યવસાય બેલ્જિયમ શિફ્ટ કરું ત્યારે સિમર ઇચ્છે છે કે તું મારી સાથે કામ કરે. હકીકતે તો સિમર પોતે અને તું બંને મારો વ્યવસાય સંભાળે એવી એની ઇચ્છા છે. સિમર ઇચ્છે છે કે તું તારી નોકરી છોડી દે.'

હું સંપૂર્ણપણે જાણે અંધારામાં ખોવાઈ ગયો. સિમરના પપ્પા ફોન પર મારી સાથે ઘણીબધી વાતો કરી રહ્યા હતા. જો એ બધી વાતો સાચી હોય તો મારા માટે આ સત્યં પચાવવું ઘણું અઘરું છે. અચાનક જ મને સિમરને ફોન કરવાની અને બધું જ સ્પષ્ટ કરવાની ઇચ્છા થઈ આવી.

એના પપ્પાએ જે રીતે વાત કહી એ ખરેખર માનવામાં મન થાય એવી હતી. કેટલાંક સત્યો મારી સાથે વહેંચવા માટે એમણે ખાસ્સા પ્રયત્નો કર્યા હતા. ક્યાંક મને

એવું લાગ્યું કે સિમરના કુટુંબવાળાઓ પણ સિમરની ઇચ્છા મુજબ એની જિંદગી સાથે ગોઠવાયા છે. બીજા ઘણાં સત્યો સિમર વિશે જાણ્યા પછી ફોન મૂકતા પહેલા મેં સિમરના પપ્પાને એક જ સવાલ પૂછ્યો કે, એ લોકો સિમરને શું કામ આ વાત સમજાવતા નથી, જે રીતે સિમર એમને સમજાવે છે. પપ્પાનો જવાબ ટૂંકો ને ટચ હતો.

'કાશ, હું એ પહેલા કરી શક્યો હોત. હવે બહુ મોડું થઈ ગયું છે. એ અમારી સાથે સહમત તો નહીં જ થાય, પણ દરરોજ અને દર વખતે રડશે. હું જાણું છું એને અને એક બાપ તરીકે પોતાનાં બાળકને આ રીતે જોવું બહુ અઘરું હોય છે. ભૂતકાળમાં આવું ઘણી વાર થઈ ચૂક્યું છે.'

એ સાંજે સિમરના પપ્પા સાથે થયેલો આખો સંવાદ મને આશ્ચર્યચકિત કરી ગયો. સૌથી પહેલા તો મને સિમરને ફોન કરવાની ઇચ્છા થઈ, પણ પછી એવું ન કરવા માટે મેં નક્કી કર્યું. મેં વિચાર્યું કે આ બધું જો સાચું હોય તો સિમર પાસેથી આ સત્ય સાંભળવા માટે મારે મારી જાતને તૈયાર કરવી રહી. એ આવું કઈ રીતે કરી શકે અને શું કામ કરે ? હું આખીય રાત મારી જાત સાથે વાતો કરતો રહ્યો. ઊંઘ મારાથી જોજનો દૂર હતી અને સિમર પણ. હું એને રોકવા ઇચ્છતો હતો, એ બહુ જ દૂર ચાલી જાય એ પહેલા એની આગળ કેટલાક ખુલાસા કરવા માગતો હતો. એટલી દૂર કે જ્યાંથી પાછા આવવાની કદાચ એના માટે શક્ય ન બને. આખી રાત હું મારા પલંગમાં પાસા ઘસતો રહ્યો.

સવારે ઊઠીને મેં મારી માટે ચા બનાવી. મને સખત માથું દુઃખતું હતું. હજી હું આગલી સાંજની વાતથી શરૂઆતથી લઈને અંત સુધી યાદ કરતો હતો. સ્ટવ પર ઊઠતી ગૅસની જ્વાળા તરફ મારી નજર હતી.

'એ તારા કુટુંબ સાથે રહેવા નથી માગતી, ફક્ત તારી સાથે રહેવા માગે છે.' એના પપ્પાએ કહેલા આ શબ્દો વારંવાર મારા કાનમાં પડઘાઈ રહ્યા હતા.

બેધ્યાનપણે ગૅસની ભૂરી જ્વાળાઓ સામે જોઈને મારા રસોડામાં હું ઊભો હતો, ચા વાસણમાંથી ઊભરાઈ ગઈ. મારે એને ઢળતી રોકવી હતી પણ ન કરી શક્યો. ઘણીબધી વસ્તુઓ મારે અટકાવવી હતી અને મને મુશ્કેલી પડી રહી હતી.

એક તીવ્ર ઇચ્છા, તીવ્ર નિરાશા અને અચાનક જ ગૂંગળામણ અનુભવાઈ મને. મેં સિમરને ફોન કર્યો.

બેલ્જિયમમાં વહેલી સવાર હતી. મને ખબર હતી કે હું એને ઊંઘમાંથી ઉઠાડી મૂકીશ, પણ મને અત્યારે એની પરવા નહોતી.

૨૪

ઊંઘમાંથી ઊઠીને સમજતા સિમરને થોડી વાર લાગી. મેં એને બરાબર જાગ્યા પછી મને ફોન કરવાનું કહ્યું અને એણે બરાબર એવું જ કર્યું.

અમે તરત જ ચર્ચામાં ઊતરી પડ્યા. શરૂઆતમાં તો એણે મને સીધા જવાબ ન આપ્યા, પણ પછી જ્યારે મેં આગ્રહ કરીને મારા પ્રશ્નો જુદી જુદી રીતે પૂછ્યા મને ખ્યાલ આવ્યો કે સિમરના પપ્પા જે કહેતા હતા એ સાચું હતું.

'મને લાગતું હતું કે મેં જ્યારે બેલ્જિયમ આવવાનું નક્કી કર્યું ત્યારે જ વાત પૂરી થઈ ગઈ હતી.'

અમારી ચર્ચા ચાલતી રહી.

હવે એ પોતાના બચાવ પર ઊતરી આવી અને એણે મારા પર પ્રશ્નોની ઝડી વરસાવી. કદાચ પહેલી વાર. 'અત્યારે જે રીતે હું મારું જીવન જીવી રહી છું એવી રીતે હું પછી જીવી શકીશ ? કદાચ તારી મમ્મી ઇચ્છે કે હું ઘર સંભાળું તો ?' 'તારું કુટુંબ ખાસ્સું ધાર્મિક અને રૂઢિચુસ્ત છે. મારે જે કપડાં પહેરવા હોય એ હું પહેરી શકીશ ?' 'તેં એવું કહ્યું કે આપણે તારાં માતાપિતાનું ધ્યાન રાખવાનું છે, તો પછી આપણી પર ઘણીબધી જવાબદારીઓ આવી જશે અને એમની અપેક્ષા પણ વધી જશે. મારે તો મારો સમય તારી સાથે ગાળવો છે.' 'સંયુક્ત કુટુંબમાં ઘણા બધા નિયંત્રણો હશે. શું આપણે મોડી રાતે સુધી પાર્ટીમાં મહાલી શકીશું ?'

આ બધાને અંતે એની પાસે આ પ્રશ્નોનો એક જ જવાબ હતો, 'રવીન, હું સંયુક્ત કુટુંબમાં નહીં રહી શકું.'

મને નવાઈ લાગતી હતી કે મારાં માતાપિતા સાથે રહેવાથી કુટુંબ સંયુક્ત કુટુંબ કઈ રીતે ગણાતું હશે ? વધુ તો મને અત્યાર સુધી સિમર જે અસલામતીની ભાવનાઓ સાથે જીવતી હતી એનું ખરાબ લાગતું હતું. આખીયે વાત માટે એની સમજણ અને એના નિર્ણયને જોઈને મને સખત નિરાશા સાંપડી હતી. એ પણ ત્યારે કે જ્યારે એણે એક પણ વાર આ વિશે મારી સાથે પહેલા વાત નહોતી કરી.

જ્યારે મારો બોલવાનો વારો આવ્યો, મેં બહુ સંભાળીને વાત કરવાનું નક્કી કર્યું. ગુસ્સે થયા વગર, શાંત રહીને. મારે એની અસલામતીની ભાવનાઓને દૂર કરવી હતી, જે જરાય સાચી નહોતી. હું અને મારું કુટુંબ એ વાત પર ચોક્કસ હતા

કે સિમર લગ્ન પછી પણ કામ કરશે. હું એને એ જ કપડાંમાં જોવાનું પસંદ કરીશ, જે કપડાં એ એનાં માતાપિતાને ત્યાં પહેરતી હતી. હું ચોક્કસપણે મારાં માતાપિતાનું ધ્યાન રાખવા માગતો હતો, કારણ કે એ લોકો વૃદ્ધ થઈ રહ્યા હતા. આ એક જવાબદારી હતી અને મારા માનવા પ્રમાણે દરેક બાળકે આ જવાબદારી ઉઠાવવી જોઈએ, પણ એનો અર્થ એ નથી કે અમારી જિંદગી સાવ જ દયાજનક બની જાય. હું સ્વતંત્રતા અને એકાંતનો અર્થ બરાબર સમજતો હતો, પણ એનો બરાબર અને સાચો અર્થ નીકળે એ પણ એટલું જ અગત્યનું હતું. એની કિંમત કોઈની પ્રતિબદ્ધતાને ભોગે નીકળે એવું મને જરાય મંજૂર નહોતું.

હું સિમરને જે જે કારણ આપતો હતો, જે જે કહેતો હતો એ બધું જ દિલથી કહેતો હતો. કોઈક કારણસર સિમર મારી વાત સાથે સહમત ન થઈ. એની છઠ્ઠી ઇન્દ્રિય હવે પોતાનો જ દૃષ્ટિકોણ પકડી રાખવા એને મજબૂર કરતી હતી. શરૂઆતમાં એટલા માટે કે એને એ જ જોઈતું હતું અને એની લાગણીઓને એ તર્ક કરતા વધારે મહત્ત્વ આપતી હતી. જેમજેમ હું એને સમજાવવાનો પ્રયત્ન કરતો રહ્યો એમ એમ એના પ્રશ્નો સાવ અતાર્કિક બનતા ગયા.

'મારે જો બધા માટે રસોઈ કરવી પડે તો શું ?'

મેં જવાબ આપ્યો, 'સિમર, જો આપણે બંને કામ કરતા હોઈશું તો દિવસને અંતે આપણે બંને થાકેલા હોઈશું. જો એક પુરુષ તરીકે મારામાં રસોડામાં કામ કરવાની તાકાત ન રહી હોય તો હું કોઈ છોકરી પાસેથી એવી અપેક્ષા શું કામ રાખું ?'

'પણ તું તો રસોઈ કરી શકે છે, રવીન. બેલ્જિયમમાં પણ ઑફિસથી આવીને તું તારા માટે રસોઈ કરતો હતો ને ?'

'હા, કારણ કે એ મારી જરૂરિયાત હતી. હું એકલો હતો. અહીં ભારતમાં તો આપણે રસોઇયો અને નોકર બંને રાખી શકીશું. તું આટલી ચિંતા શું કામ કરે છે ?'

જેમજેમ હું દરેક વાતના તર્કબદ્ધ ઉત્તરના અંતે અમારા લગ્નનું નક્કી કરી લેવા માગતો હતો તેમતેમ મને ખબર પડતી જતી હતી કે સિમરની અપેક્ષાઓ અને છૂપા ભય કયા છે. મને લાગતું હતું કે અમારા બંને વચ્ચે ઘણું બધું બદલાઈ રહ્યું છે. અમારાં પ્રેમ અને હાસ્યના દિવસો ક્યાંક ભૂતકાળ બની ગયાં હતાં. અમારી પ્રેમકથા હવે અપેક્ષાઓ, માગણીઓ અને ચર્ચાના તબક્કામાં પ્રવેશી ચૂકી હતી.

'ના, ક્યારેય નહીં. હું મારાં માતાપિતાને છોડીશ એવું વિચારીશ પણ નહીં.'

'એવું નથી કે હું તને તારાં મા-બાપથી અલગ કરવા માગું છું. હું ફક્ત એવી વ્યવસ્થા ઇચ્છું છું જ્યાં આપણે બે સાથે રહીએ અને આપણે એમને વારંવાર મળવા જઈ શકીએ.'

આ વાતનો કોઈ અર્થ નહોતો. હવે મને એની મૂરખ જેવી વાત પર ગુસ્સો ચડી ગયો હતો.

'અરે સિમર, તું પહેલા તારી જાતને જો. તું એવું ઇચ્છતી હતી કે હું ત્યાં આવું ને તારા કુટુંબ સાથે રહું. કેટલી ખરાબ વાત છે ? તું તો હું તારા પપ્પાના બિઝનેસમાં જોડાઉં એવું ઇચ્છતી હતી.'

'એટલા માટે કે આપણી બંનેની એક અદ્ભુત જિંદગી હોય. આપણો પોતાનો વ્યવસાય હોય. આપણે મોટા ઘરમાં રહી શકીએ. તું એ વૈભવ અને એશોઆરામનો તો વિચાર કર.'

'તને શું થઈ ગયું છે, સિમર ? જ્યારે હું બેલ્જિયમમાં હતો ત્યારે તો તને હું રહેતો હતો એ નાનકડા ભાડાના ઘર સામે પણ કોઈ વાંધો નહોતો. આપણે બંને હજુ પણ એ મેળવી શકીશું. એમાં વાંધો શું છે ?'

એક ક્ષણ માટે હું અટક્યો. હું વિચારતો હતો કે અત્યાર સુધી શું થયું અને હવે અત્યારે શું થઈ રહ્યું છે. ક્યારથી આ બધું બદલાવાનું શરૂ થયું એની મને નવાઈ લાગતી હતી. કદાચ હું બેલ્જિયમ છોડીને અહીંયા આવ્યો અને સિમરે એકલા રહેવાનું શરૂ કરું ત્યારથી. મેં મારી જાતને જ કહ્યું. કદાચ એટલા માટે કે પહેલી વાર હું અને સિમર દૂર હતા અને આ અંતરને કારણે એણે આખીય વાત ફરી વિચારી હતી. એની પ્રાથમિકતાઓ અને એની માંગણીઓ વિશે એ સભાન બની હતી અથવા તો કદાચ ત્યારથી એ બદલાઈ હશે જ્યારથી ઇન્ડિયા આવીને એને એનાં મા-બાપ સાથે વાત કરી હતી અથવા તો કદાચ એ મારા ઘરે આવી ત્યાર પછી.

મને મૂંઝારો થઈ રહ્યો હતો. અમે જે પણ વાત કરતા હતા એ મારા માટે સાંભળવી અને સહન કરવી બંને પીડાદાયક હતું. વધારે તો એટલા માટે કે સામે છેડે સિમર હતી. મને કોઈ રસ્તો નહોતો દેખાતો. એ માનવું મુશ્કેલ હતું કે આ એ જ સિમર હતી, જેને મેં પ્રેમ કર્યો હતો. સિમર બદલાઈ ગઈ હતી.

એણે જે પણ કંઈ કહ્યું અને જે ન કહ્યું એ બંને વિશે હું સ્પષ્ટ થઈ ગયો હતો. જે પણ બન્યું હતું એના પછી હું મારી જાત સાથે જ સવાલજવાબ કરી રહ્યો હતો.

સિમર પૈસાદાર કુટુંબમાંથી આવતી હતી. એ એવા છોકરાના પ્રેમમાં પડી હતી, જે એની જેટલો પૈસાદાર નહોતો, પણ જીવનમાં ઠીકઠાક કમાઈ લેતો હતો. એવું નહોતું કે એને મારી સાથે નહોતું જીવવું, પણ પોતાનાં સપનાંઓની સાથે એ મારી સાથે જીવવા માગતી હતી. એણે હંમેશાં પોતાના માટે વૈભવશાળી જીવનની કલ્પના કરી હતી અને એના માટે કોઈ બાંધછોડ કરવા એ તૈયાર નહોતી. ગુડગાંવમાં એનું કુટુંબ જાણીતું હતું અને એનાં મા-બાપને રાજકારણીઓ અને વ્યાપારીઓ સાથે ઘરોબો હતો. જ્યારે એનાથી સાવ ઊલટું, મારાં મા-બાપને ભાગ્યે જ કોઈ જાણતું

હતું. જો હું ઇંગ્લિશમાં એમને કંઈ પૂછું, જવાબ આપવાનું તો બાજુ પર રહ્યું, એ લોકો પ્રશ્ન સમજે કે કેમ એ પણ સમસ્યા હતી. જીવનશૈલી અને સ્થિતિમાં મારા અને એના કુટુંબ વચ્ચે આભ-જમીનનો તફાવત હતો. સિમર કઈ રીતે મારા કુટુંબીજનો સાથે ગોઠવાઈ શકે ? મારા પપ્પા ક્યારેય મોંઘા જૅકેટ કે સૂટ નહોતા પહેરતા. એ તો હંમેશાં સાદા ઝભ્ભા-લેંઘામાં જ જોવા મળતા હતા. મારા કુટુંબની જીવનશૈલી સાવ સાદી હતી. આધુનિક પાશ્ચાત્ય રહેણીકરણી અમારી નહોતી જ. મારા ઘરમાં મારી મમ્મી રસોઈ કરતી, જ્યારે સિમરના કુટુંબમાં રસોઈ કરવા માટે અને બીજા કામ કરવા માટે નોકર-ચાકરોની ફોજ હતી. વાત તો જુદી જ હતી, પણ એટલી જુદી નહીં કે જેને કારણે પરિસ્થિતિ આટલી તંગ થઈ જાય અને એ પણ સિમર મારી વિશે, મારી લાગણીઓ અને જીવન પ્રત્યેથી મારી અપેક્ષાઓ જાણતી હોય ત્યારે તો નહીં જ. આટલા બધા બંને કુટુંબો વચ્ચે ભેદભાવ હોવા છતાં કોઈ પણ સિમરને એને ગમતી જિંદગી જીવવા માટે રોકવાનું નહોતું જ. હું એ જ કુટુંબમાં રહેતો હતો અને છતાં પણ મને જોઈતી સ્વતંત્રતા હું મેળવતો હતો. આ જ કુટુંબમાં ઊછરીને મેં જીવનનાં મૂલ્યો મેળવ્યાં હતાં, જેના પ્રેમમાં સિમર પડી હતી. હવે અચાનક આ જ જીવનશૈલીનો એ વિરોધ કેમ કરતી હતી ?

અમારી વચ્ચેની પરિસ્થિતિ બગડતી ગઈ. હું સમજી નહોતો શકતો કે હું ક્યાં ખોટો હતો અને સિમર ક્યાં સાચી હતી. મને ફક્ત એટલી ખબર હતી કે અમારે સાથે મળીને આનો ઉકેલ લાવવાનો હતો. સિમરની પરીક્ષા નજીક હતી. તત્પૂરતું અમે આ વિષય પર વાત કરવાનું મોકુફ રાખ્યું, જેથી એ એના ભણવા પર ધ્યાન કેન્દ્રિત કરી શકે અને નવરી પડે પછી આ વાત પર શાંતિથી વિચાર કરી શકે.

વાત કરતી વખતે એણે જે છેલ્લે કહ્યું હતું એ એક આશાનું કિરણ હતું, 'રેજી, મને થોડો સમય આપ. મારી પરીક્ષા પૂરી થઈ જવા દે અને હું તારી સાથે મળીને મારા ભય અને અસલામતીઓ દૂર કરવાનો પ્રયત્ન કરીશ.'

અનિશ્ચિતતાઓ અમારા ભાગ્યમાં લખાયેલી હતી. દરેક વખતે સિમર કહેતી કે હું સાચો હતો અને એ પરિસ્થિતિ સાથે સમાધાન કરવા પ્રયત્ન કરશે, પણ હકીકત જુદી હતી. પ્રેમમાં જે વચનો અપાયા હતા એનાથી ઘણી જુદી. હું જાણતો હતો વાત બીજી દિશામાં ફંટાઈ રહી હતી અને એ પણ ઝડપથી. હું આ બદલાવને રોકવા ઇચ્છતો હતો. મેં મારી ઑફિસમાંથી રજા લઈને સિમરની ઍક્ઝામ પતે કે તરત જ બેલ્જિયમ જવાનું નક્કી કર્યું હતું. સિમરને પરીક્ષા પછી પણ કન્સલ્ટિંગ પ્રોજેક્ટ હતો અને એને કારણે એ ઇન્ડિયા આવી શકે એમ હતી નહીં. મારે સિમર સાથે સામસામે બેસીને આ વાતનો નિકાલ કરવો હતો અને એટલે જ મારા માટે બેલ્જિયમનો આ પ્રવાસ બહુ જરૂરી હતો.

પણ જ્યારે બધું જ તમારી વિરોધમાં જતું હોય ત્યારે તમે ગમે તે કરો એ વાત તમારી વિરોધમાં જ રહેશે. કોઈક કારણોસર – એને તમે મર્ફીનો નિયમ કહી શકો – કોઈક કારણસર મને જાણવા મળ્યું કે સિમરે એના કન્સલ્ટિંગ પ્રોજેક્ટ માટે કેનેડા જવું જરૂરી હતું.

'સાચું કહું છું, રવીન, મને જરા પણ ખ્યાલ નહોતો કે એ લોકો મને કેનેડા મોકલશે. છેલ્લી ઘડીએ ક્લાયન્ટે એની યોજના બદલી નાખી.'

મારી ધીરજની પરીક્ષા થઈ રહી હતી. જુદા જુદા કારણોસર અમારું સાથે બેસીને લગ્ન વિશે ચર્ચા કરવાનું અને સાથે રહેવાનું અશક્ય બની ગયું હતું. મને ખ્યાલ આવ્યો કે હું મારા કામ પર ઓછું ધ્યાન આપતો હતો અને અમારા બંનેના સંબંધમાં પડેલા અંતરને પૂરવા માટે હું વધુ ચિંતિત હતો. જ્યારે સિમર પોતાના કામ પર ધ્યાન આપી રહી હતી અને અમારા પ્રશ્નો પર સાવ ઓછું. મને હજુ પણ એ સામે કોઈ વાંધો નહોતો. એની કરિયર માટે એ ગંભીર હોય એ મને પણ ગમતું હતું.

એની ફાઇનલ એક્ઝામથી શરૂ કરીને હવે કન્સલ્ટિંગ પ્રોજેક્ટ પૂરો થાય ત્યાં સુધી રાહ જોવાની હતી.

'ફક્ત બે મહિના.' એણે કહ્યું હતું.

પણ લાગણીઓ રાહ જોવા તૈયાર નહોતી. કેટલીક ભયંકર ક્ષણોમાંથી અમે પસાર થયા. અમે ઝઘડ્યા, અમે એકબીજાને મિસ કર્યા, અમે રડ્યાં અને અમે એકબીજાને જવાબદાર ઠેરવ્યા. આ એક અનિશ્ચિત પડાવ હતો. કેટલીક વાર અમે ફોન પર જ પ્રેમની વાતો કરતા હતા, પણ જ્યારે મૌન આવતું હતું ત્યારે જાણે ઠંડો અને કાતિલ પવન ફૂંકાતો હતો. વાતને અંતે અમે બંને એકસરખી સ્થિતિમાં રહેતા. એકબીજાથી વિરુદ્ધ અને એકબીજાથી દૂર.

જીવનની જેમ પ્રેમ પણ અસલામત છે. એ આપણા જીવનમાં આવે છે અને આપણા હૃદયમાં એક જગ્યા બનાવી લે છે, પણ ક્યારેય એ કહેતો નથી કે એ ક્યાં સુધી રહેશે. કદાચ એટલે જ પ્રેમ અમૂલ્ય છે.

૨૫

કન્સલ્ટિંગ પ્રોજેક્ટ કમનસીબે વધુ ત્રણ મહિના ખેંચાઈ ગયો અને આમ કુલ પાંચ મહિના વીતી ગયા. આ એક લાંબો સમય હતો. અમારા માટે તો ખાસ. અમારા તૂટતા સંબંધને બચાવી શકાય એવું રહ્યું ન હતું. આ એક કડવું સત્ય હતું.

મારા માટે એની રાહ જોવી એ અઘરું હતું. મારા માટે એને ભૂલી જવી એથી પણ અઘરું હતું. સૌથી વધુ તો અઘરું એ હતું કે હું નક્કી નહોતો કરી શકતો કે હું એની રાહ જોઉં કે એને ભૂલી જાઉં.

પણ અણધાર્યું હવે અણધાર્યું નહોતું રહ્યું. બધું સ્પષ્ટ થઈ ગયું હતું.

અમારા લગ્ન નક્કી કરવા માટેની મારી રાહ અનંતકાળ સુધી લંબાઈ ગઈ હતી. આની પાછળનું મુખ્ય કારણ એ હતું કે સિમરની ચિંતાઓ પણ અનંતકાળ ચાલે એટલી હતી. હું જેટલો એને અનુકૂળ થવા પ્રયત્ન કરતો હતો એ મને વધુ ને વધુ અનુકૂળ કરવા માટે પ્રયત્ન કરતી હતી. મારા કુટુંબ સાથે રહેવાની મારી ઇચ્છાઓ જાણીને મારી સાથે લગ્ન કરવું સિમરને અશક્ય લાગતું હતું અને સિમર વધુ પ્રશ્નોને જન્મ આપતી હતી. ખાસ કરીને મૂર્ખ જેવા પ્રશ્નોને.

'હું માંસાહારીઓ સાથે કઈ રીતે રહી શકું ? તું નાસ્તિક છે, જ્યારે હું ઇચ્છું છું કે મારો જીવનસાથી ઈશ્વરમાં માનતો હોય અને હજી મને સમય જોઈશે, કારણ કે મારે મારા પીએચ.ડી. માટે પણ વિચારવાનું છે.'

હું માંસાહારી છું અને નાસ્તિક છું આ જ કારણસર સિમર મારા તરફ આકર્ષાઈ હતી. રાતોરાત હવે મારી આ વાત એને નડી રહી હતી. મને એના છેલ્લા કેટલાક ફોનકૉલ યાદ આવી રહ્યા હતા. જરા પણ વિચાર્યા વિના એણે એવું કહી દીધું કે, એ તો મારા જીવનની બીજી સ્ત્રી તરીકે જ ઓળખાશે. લોકો તો ખુશીને જ ઓળખે છે.

'જુદી જુદી સોશિયલ નેટવર્કિંગ સાઇટ પર તારા ફૅન તારી અને ખુશીની જ વાતો અનંતકાળ સુધી કર્યા કરશે.'

એ ઇચ્છતી હતી કે હું આ વાત પર એને આશ્વાસન આપું. એનો અર્થ એ કે મારું એ જ પુસ્તક જેને વાંચીને એ મારા પ્રેમમાં હતી, હવે એને એ નડી રહ્યું હતું, કારણ કે એમાં મારી મૃત પ્રેમિકાની વાત હતી.

હું કંઈ બોલ્યો નહીં. મારું મૌન ઘણી વાતો, ઘણા શબ્દો કહી રહ્યું હતું, પણ સિમર કંઈ સાંભળી શકી નહી.

મેં ફોન મૂકી દીધો. દરેક વસ્તુનો ખુલાસો કરવો જરૂરી નહોતો. એણે મારું હૃદય વીંધી નાખ્યું હતું.

માણસ માઈલોના માઈલો પોતાનો પ્રેમ મેળવવા જઈ શકે અને પછી એ પ્રેમને જાળવી રાખવા માટે મોટો ત્યાગ પણ આપી દે. મેં પણ બેલ્જિયમમાં વસવાનું નક્કી કરીને એ જ કર્યું હતું. મેં એને સંપૂર્ણ સ્વતંત્રતા આપતા એમ પણ કહ્યું હતું, 'તારા માટે થઈને હું શાકાહારી બની જઈશ. તું મારા માટે અગત્યની છે. જો તું મારી સાથે હોઈશ તો હું ઈશ્વરમાં પણ માનવા માંડીશ.'

જ્યારે તમે પ્રેમમાં હો છો ત્યારે તમે દિલથી વિચારો છો, કદાચ એટલા માટે જ આ બધું હું કહેવા અને કરવા માટે તૈયાર હતો, પણ દુઃખની વાત એ હતી કે આ બધું ફક્ત હું જ કહેતો હતો. એક સંબંધ ત્યારે જ મજબૂત બને છે અથવા સચવાય છે જ્યારે બંને માણસો થોડો ત્યાગ આપવા તૈયાર હોય. હું એને જીવનસાથી બનાવવા માગતો હતો, એક ગુલામ નહીં. એનાથી વિરુદ્ધ મારી પાસે શરતોનું લાંબું લિસ્ટ નહોતું. જેને લગ્ન પહેલા પૂરું કરવું પડે. હું ફક્ત લગ્ન કરવા માગતો હતો અને એ મારા કુટુંબને સ્વીકારે એટલું ઈચ્છતો હતો, પણ એ એક જ ઈચ્છા એને મંજૂર નહોતી અને અમારો સંબંધ વિચિત્ર તંગ વળાંક પર આવીને ઊભો હતો. અમારી વચ્ચે તમામ વાતો હવે કડવી થઈ ચૂકી હતી.

કોઈકે સાચું કહ્યું છે, બદલાવ સતત હોય છે. સમય સાથે વાતો બદલાય છે, ઋતુ બદલાય છે અને આપણે વાંચીએ છીએ કે માણસો પણ બદલાય છે.

સિમર એનો કન્સલ્ટિંગ પ્રોજેક્ટ પતાવીને જ્યારે ઈન્ડિયા આવી ત્યારે વાત ખાસ્સી વણસી ચૂકી હતી અને હવે ફક્ત હા કે ના પર અટકી હતી. એ ઘણું વિચિત્ર લાગતું હતું કે હવે અમારી પાસે વાત પૂરી થાય ત્યારે એકબીજાને કહેવા માટે કંઈ રહ્યું નહોતું, જ્યારે થોડા સમય પહેલા અમે એકબીજા સાથે વાત પૂરી કરી શકતા નહોતા. અત્યારની પરિસ્થિતિએ પ્રેમ અને એની સચ્ચાઈ વિશે પણ ઘણા પ્રશ્નો ઊભા કર્યા હતા. શું આ પ્રેમ સાચો હતો ?

પ્રેમમાં હોવાનો એક ગેરફાયદો છે કે તમને તમારા પ્રિય પાત્ર વગર જીવવું અશક્ય લાગે છે. તમે ગમે એટલું તમારી જાત સાથે નક્કી કરો, પણ અંતે તો વધુ એક વાર પ્રયત્ન કરવાની તમને ઈચ્છા થાય છે. આપણે ફક્ત મગજ સાથે જ જન્મ્યા હોત તો કેટલું સારું થાત ? મારા કેસમાં તો બધી તકલીફો દિલ ઊભું કરતું હતું.

હું કંઈ અનિચ્છનિય ન બને એવી ઈચ્છા કરતો રહ્યો અને આ ઈચ્છા ઘણા લાંબા સમય સુધી હું કરતો રહ્યો.

રાત પડી ગઈ છે. કારના સ્ટિયરિંગ વ્હીલની પાછળ બેઠો બેઠો હું ડેશબોર્ડ પર પડેલી ઘડિયાળ જોઈ રહ્યો છું. મને આઘાત લાગી રહ્યો છે અને હું વિચારી રહ્યો છું કે હું કેટલો શ્રાપિત છું. હું મારી આંખ ત્યાંથી ખસેડી નથી શકતો. લાંબા સમય સુધી મારી કારમાં બેસી રહું છું. હવે મને શ્વાસ લેતા તકલીફ પડી રહી છે અને હું જોરજોરથી શ્વાસ લઈ રહ્યો છું. મેં બારી ખોલી નાખી છે. મને એવું લાગી રહ્યું છે જાણે મારી છાતીમાં કંઈક તીક્ષ્ણ ભોંકાયું હોય. હું વાગવાની અને પીડા થવાની ક્ષણોની વચ્ચે ઝૂલ્યા કરું છું. મને ખબર છે કે બહુ જ જલદી પીડા થવા માંડશે. જાણે કે મારા શરીરમાં ઝેર પ્રસરી રહ્યું છે અને મને હમણાં નિશ્ચેતન કરી નાખશે. હું હવે એ પીડાથી થોડી જ ક્ષણો દૂર છું. કદાચ એટલે જ હું બીજે ક્યાંય પણ જોતા ડરું છું અને એટલે જ ઘડિયાળ સામે તાકી રહ્યો છું. મારા ગળામાં ડૂમો બાઝી ગયો છે. હું એને ગળી પણ નથી શકતો. મારે ક્યાંક ભાગી જવું છે. ખબર નહીં ક્યાં.

મારું એક મન હજી પણ મને એ મનાવી રહ્યું છે કે જે થયું એ એક દુ:સ્વપ્ન હતું અને હમણાં જ પૂરું થઈ જશે. હું ઊઠી જઈશ. કમભાગ્યે હું સૂતો નહોતો. જે બન્યું હતું એ સત્ય હતું.

એણે કહી દીધું હતું, 'રવીન, મને માફ કરજે.'

મારા કાનમાં હજુ પણ એના પડઘા પડી રહ્યા છે. મારા મગજમાં ભમી રહ્યા છે. મારી આંખની પાછળ અને હવે આંખવાટે વહી રહ્યા છે. હું રડી રહ્યો છું, મારી આગળ બધું ધૂંધળું દેખાય છે. જેવું મારું મોં આ દુ:ખને કારણે ખૂલે છે, મારા મોંમાં રહેલું થૂંક અને ડૂમો મારા હોઠની વચ્ચે આવી જાય છે. મોટા રુદનમાં હું મારા દર્દને વહેવા દઉં છું. બધું પૂરું થઈ ગયું છે અને મારી ધૂંધળી દૃષ્ટિની આરપાર, મારી ભીની પાંપણોને પેલે પાર તારીખ દેખાઈ રહી છે.

૨૪ ફેબ્રુઆરી, આજનો જ દિવસ. પણ એ પીડા પાછી આવી ગઈ છે.

૩ વર્ષ પહેલાં ખુશી મને છોડીને ચાલી ગયેલી.

૩ કલાક પહેલા સિમર મને છોડી ગઈ છે.

૨૯

અમરદીપના એ છેલ્લા શબ્દો પછી દરેક જણ વર્તમાનમાં પાછું ફર્યું. એ ગુમસૂમ થઈ ગયો હતો. થોડી વાર સુધી કોઈ કંઈ બોલ્યું નહીં. સાડા પાંચ કલાકના વાચન પછી એક ભયંકર મૌન પથરાઈ ગયું હતું અને એ જરૂરી પણ હતું.

થોડા અંતરેથી શાંભવી હજુ પણ ડાયરીને તાકી રહી હતી. એની આંખો પહોળી હતી અને એમાં ભાર દેખાતો હતો.

માથા ઉપર રહેલો પ્રકાશ હજુ પણ વચ્ચેના ટેબલને અને એની આજુબાજુ બેઠેલા ચારે જણને અજવાળી રહ્યો હતો. બાકીનો રૂમ અંધારો હતો. એ અંધકારમાં સૌ એકમેકની સામે જોઈ રહ્યું હતું. આખાય વાર્તાકથન દરમિયાન શાંભવી પણ હાજર હતી અને એટલે જ કદાચ એ પણ રવીનની મિત્ર બની ગઈ હતી. આવું ઘણીવાર થાય છે. અમરદીપે જે જે વાંચ્યું શાંભવી પોતાની નજર સામે બનતું અનુભવી રહી હતી. રવીનના જીવનની ક્ષણોની એ પણ સાક્ષી બની હતી. જ્યારે ડાયરીમાં લખેલા રવીનના અક્ષરોને એણે સ્પર્શ કર્યો હતો.

અમરદીપની મુઠ્ઠીઓ વળી ગઈ હતી. એ પોતાની લાગણીઓ પર કાબૂ મેળવવાનો પ્રયત્ન કરી રહ્યો હતો. શાંભવીએ પોતાનો હાથ અમરદીપના હાથ પર મૂક્યો. હજુ પણ કોઈ એક શબ્દ બોલ્યું નહોતું. મૌન હજુ પણ જળવાયેલું હતું.

શો પૂરો નહોતો થયો, લિસનર્સ હજુ પણ રેડિયો સાંભળી રહ્યા હતા. એમનો શ્વાસ ઊંચો થઈ ગયો હતો. ટૅક્નિકલ ચાર્ટને જો સાચો માનવામાં આવે તો પહેલાના અડધો કલાકમાં જેટલા પણ શ્રોતાઓ આ કાર્યક્રમ સાંભળી રહ્યા હતા એટલા જ અત્યારે પણ સાંભળી રહ્યા હતા. આવું પહેલી વાર બન્યું હતું કે રાતનો શો મધરાતનો શો બની ગયો હોય અને પછી વહેલી સવાર સુધી ચાલ્યો હોય. આ દરમિયાન બીજા કોઈ રેડિયો સ્ટેશન પર કોઈ પણ કાર્યક્રમ નહોતો આવ્યો.

રૂમમાં છવાયેલી શાંતિ અને સ્તબ્ધતાને એક અવાજે ભંગ કર્યો. ના, એ ચારમાંથી તો હજુ પણ કોઈ નહોતું બોલ્યું. શાંભવીના મોબાઇલનો સ્ક્રીન કંઈ કેટલાય લિસનર્સનો ફોનકૉલ દર્શાવી રહ્યો હતો. એમાંનો એક ફોન શાંભવીએ ઉપાડ્યો હતો. એ અવાજે દરેકનું ધ્યાન ખેંચ્યું અને તમામ વર્તમાનમાં પાછા ફર્યા.

એ અવાજ ભારે હતો. સામે કોઈ વૃદ્ધ હતા. એણે પોતાની જાતની ઓળખાણ ન આપી અને શાંભવીએ પૂછી પણ નહીં. હવે આ ઓળખાણ જરૂરી નહોતી લાગતી. અમે બધાય સાથે મળીને રવીનની જિંદગીના સાક્ષી બન્યા હતા.

એ વૃદ્ધ અવાજે પૂછ્યું, 'રવીન ક્યાં છે અત્યારે ?'

મૌન છવાયેલું રહ્યું.

અમરદીપે રવીનની ડાયરીનું છેલ્લું પાનું ફેરવ્યું, ડાયરી બંધ કરી અને એના ખોળામાં રહેલી બૅગમાં સાચવીને મૂકી દીધી. મનપ્રીતે માઇક્રોફોન નજીક લીધું અને રવીન જે લખી નહોતો શક્યો એ કહેવાનું શરૂ કર્યું.

'એક પ્રેમકથાનો અંત લાવવા માટે તમારે હંમેશાં રસ્તા પર ગાંડાની જેમ ધસી જતી ટ્રકની જરૂર નથી પડતી. ઘણી વાર લોકો પોતે જ પોતાની પ્રેમકથાનો અંત લાવવા માટે સક્ષમ હોય છે. મને નવાઈ લાગે છે કે આવું એની સાથે થયું. વધુ નવાઈ તો એ લાગે છે કે આવું એની સાથે બીજી વાર થયું.'

'જ્યારે ખુશી મૃત્યુ પામી ત્યારે એ અકસ્માત પચાવવા માટે એણે ખાસ્સી હિંમત દેખાડી, પણ બીજી વાર એ તૂટી ગયો. મને તો એ નવાઈ લાગે છે કે પહેલી વાર પણ એ કઈ રીતે આખી વાતમાંથી બહાર આવી શક્યો. એનામાં એ હિંમત અને તાકાત હતી કે પોતાની વાત એ જગતના બીજા લોકો સુધી પહોંચાડી શકે અને પછી પોતાના જીવનમાં પાછી ખુશીઓ લાવી શકે.'

'સિમરે જ્યારે રવીન સાથેના સંબંધો તોડી નાખ્યા ત્યાર પછી જ્યારે જ્યારે હું રવીન સાથે વાત કરતો એ ખોવાયેલો લાગતો. એક દિવસ હું એને મળવા ચંદીગઢ ગયો. મને એને જોઈને આઘાત લાગ્યો. એ દુબળો પડી ગયો હતો અને ફિક્કો પણ. એની આંખની આસપાસ કાળા કુંડાળા થઈ ગયા હતા. એના સશક્ત ખભા હવે નમી ગયા હતા. એણે દાઢી પણ નહોતી કરી અને એનાં કપડાં પણ ગંદાં હતાં.'

હકીકતે તો મને એને પૂછવામાં શરમ પણ ન લાગી કે એણે ડ્રગ્સ લેવાનું તો શરૂ નથી કર્યું ને ?

'મારા સોગંધ ખાઈને કહે કે તેં અત્યાર સુધી ડ્રગ્સને હાથ નથી અડાડ્યો.' મેં એની પાસે માગણી કરી.

'મને એ જાણીને હાશ થઈ કે એણે ના પાડી. મેં એને આશ્વાસન આપવાનો બનતો પ્રયત્ન કર્યો, પણ હું નિષ્ફળ ગયો. એ આખી વાતમાંથી બહાર આવવા જ તૈયાર નહોતો. એણે મને કહ્યું કે એ સિમર માટે કંઈ પણ સ્વીકારવા તૈયાર હતો. એણે સિમરને કઈ રીતે મળ્યો, એ કેટલી રૂપાળી હતી, એમણે સાથે કેવો સુંદર સમય ગાળ્યો હતો એ બધું જ યાદ કર્યું. મેં એને કરવા દીધું, કારણ કે એ ખુશ થતો હતો.

મને એ પણ નવાઈ લાગી જ્યારે એણે કહ્યું કે સિમરને ખાતર થઈને એ

નજીકના ગુરુદ્વારામાં પણ ગયો હતો. ખુશીના ગયા પછી એ નાસ્તિક બની ગયો હતો. એણે પ્રાર્થના કરવાનું બંધ કરી દીધું હતું. અમે બધા જ એને ગુરુદ્વારા અમારી સાથે લઈ જવા માટે પ્રયત્ન કરતા, પણ અમે નિષ્ફળ જતા. અમને હતું કે એ ફરી ક્યારેય ભગવાનના દ્વારે નહીં જાય. અમે ખોટા હતા. એ સિમરના તો એવા પાગલ પ્રેમમાં હતો કે એણે પોતે નક્કી કરેલા બંધન પણ તોડી નાખ્યા. એને ફક્ત સિમર જોઈતી હતી.

એ દિવસે હું અને રવીન પબમાં બેઠા હતા અને ડ્રિંક્સ દરમિયાન એણે મને કહ્યું કે, સિમરની ના પછી પણ એણે અને સિમરે મળીને વાતને અને આ સંબંધને ફરી જોડવાની ઘણી કોશિશ કરી હતી. બેમાંથી એક જ્યારે પરિસ્થિતિ સાથે તાલમેલ ન મેળવી શકે ત્યારે એસએમએસ કરતા. બીજી બાજુ રવીન આખી રાત રડતો રહેતો અને સિમર ત્યાં રવીન માટે આખી રાત રડતી. આ બહુ પીડાદાયક હતું કે સિમર એટલી જ દુઃખમાં હતી, પણ એની માંગણીઓને વિચારીને આ દુઃખ સાથે એ જીવવા તૈયાર હતી.

પોતાની વાત કહેતા કહેતા એ રડી પડ્યો. ના, એ આલ્કોહૉલની અસર નહોતી. એ એના દુર્ભાગ્યની અસર હતી. માણસોની વચ્ચે રડવામાં પણ એને શરમ નહોતી આવી. મેં એને રડવા દીધેલો. પ્રેમને ફરી ખોવાની એ વાત કરતો હતો અને માનતો હતો કે સાચો પ્રેમ બીજી વાર કદી પણ માણસ પાસે આવતો નથી.

'હું એની સાથે ત્યાં બે દિવસ રહ્યો. રવીન જ્યારે સૂતો હતો ત્યારે મેં એના મા-બાપ સાથે પણ વાત કરી. એ લોકો પણ ભયંકર ચિંતામાં હતાં.'

'તને જોઈને હું ખુશ થયો, મનપ્રીત.' એના પપ્પાએ કહ્યું અને પછી પૂછ્યું, 'એણે કંઈ એવી વાત કહી જે તને ખબર ન હોય ?'

'કંઈ ખાસ નહીં અંકલ, પણ હું જોઈ રહ્યો છું કે એ ભાંગી ચૂક્યો છે. એ થોડા સમય પહેલા રડ્યો પણ હતો.' હું એટલું જ કહી શક્યો.

'મુશ્કિલ સમય પાછો આવ્યો છે એની પર અને અમારી પર પણ. અમારો દીકરો બહુ લાગણીશીલ છે. ખુશીના ગયા પછી અમે એને આગળ વધવા માટે બહુ સમજાવેલો, પણ એ તૈયાર નહોતો. અમે એને આગ્રહ કર્યો અને હવે જુઓ, શું થઈ ગયું ?' ક્ષીણ અવાજે એની મમ્મીએ કહ્યું.

'મેં એમને હિંમત રાખવા અને આશાવાદી બનવા કહ્યું.'

'હા, અમે પણ એ જ ઇચ્છીએ છીએ. વાહે ગુરુ, બધું બરાબર કરી દેશે.' એના પપ્પાએ કહ્યું અને એમના કમરામાં ચાલ્યા ગયા.

ચંદીગઢથી નીકળતા પહેલા મને આન્ટી પાસેથી જાણવા મળ્યું કે રવીન કોઈ મનોવૈજ્ઞાનિકની મુલાકાત લેતો હતો અને પ્રાથમિક તારણો બહુ ઉત્સાહજનક નહોતા.

'ચંદીગઢથી હું પાછો ફરી રહ્યો હતો ત્યારે મને સમજાતું નહોતું કે શું કરવું. ફક્ત હું ઈશ્વરને ધિક્કારી રહ્યો હતો. રવીનની લાઇફમાં આવું નહોતું બનવું જોઈતું. ફક્ત એને જીવનમાં પ્રેમ મળી રહે અને આનંદથી જીવી શકે એવું થવું જોઈતું હતું. ઈશ્વરે એના પહેલા પ્રેમને નકારી કાઢ્યો હતો અને ઈશ્વરે પોતાની આ ભૂલને દોહરાવી હતી. ઈશ્વર હંમેશાં એવા લોકોને કેમ હેરાન કરતો હશે જે લોકો પોતાની જિંદગી પ્રેમથી જીવવા માગતા હોય. મારી પાસે આનો જવાબ નહોતો.

પછીના અઠવાડિયે મારે યુ.એસ. જવાનું હતું. જતા જતા મેં હેપ્પી અને અમરદીપને રવીનની પરિસ્થિતિ વિશે જણાવ્યું હતું. અમે ત્રણેયે નક્કી કર્યું કે અમે લોકો નિયમિતરૂપે રવીનને ફોન કરીશું.

એક દિવસ રવીને જણાવ્યું કે, એ એના કામ પર ધ્યાન નહોતો આપી શકતો અને બરાબર સૂઈ નહોતો શકતો. મને ખ્યાલ આવ્યો કે એ ભયંકર ડિપ્રેશનમાં સરતો જતો હતો. એના અવાજ પરથી પણ એ ખ્યાલ આવતો હતો. બીજી વાર જ્યારે મેં ફોન કર્યો ત્યારે એની મમ્મીએ ફોન ઉપાડ્યો અને મને ખબર પડી કે રવીને ઑફિસ જવાનું બંધ કરી દીધું છે. એને નોકરીમાંથી કાઢી મૂકવામાં આવ્યો હતો, કારણ સ્પષ્ટ હતું.

એની મમ્મી કહેતાં કહેતાં રડી પડી કે રવીન આખો દિવસ પોતાની જાતને રૂમમાં પૂરી રાખે છે. પોતાના દીકરાને આ પરિસ્થિતિમાં જોવાનું અસહ્ય બનતાં એણે સિમરના કુટુંબવાળાઓને ફોન કર્યો, ફક્ત એ આશાએ કે એ હજુ પણ સિમર અને રવીન એકબીજાના થઈ જાય, પણ સિમર સુધી એ પહોંચી ન શક્યા અને કુટુંબવાળાઓ સાથેની એમની વાતનું કંઈ પરિણામ ન આવ્યું.

રવીનનું માનસિક સમતુલન ઠીક નહોતું. એણે વાતો કરવાનું બંધ કરી દીધું હતું. હવે એ અમારા ફોનકૉલ્સ પણ લેતો નહોતો. એ વારંવાર ગુસ્સે થઈ જતો હતો. ખાસ તો ત્યારે જ્યારે એની મમ્મી એને જમવા માટે આગ્રહ કરતી. રવીનની પરિસ્થિતિનો ખ્યાલ અમને ફક્ત એનાં મા-બાપ પાસેથી મળતો હતો. અમે એમના સતત સંપર્કમાં હતા અને હેપ્પી અને અમરદીપ એક અઠવાડિયામાં ચંદીગઢ પહોંચવાની તૈયારીમાં હતા.

પણ બીજે જ દિવસે મને હેપ્પીનો ફોન આવ્યો. એણે મને ભયંકર વાત કહી.

મનપ્રીતનો અવાજ લથડ્યો અને વિષય પર એ પક્કડ ગુમાવી ચૂક્યો. એ થોડું રોકાયો અને એણે હેપ્પીની સામે જોયું. જ્યારે એણે બીજી વાર બોલવાનું હતું હેપ્પીએ પોતે બોલવાની ઑફર કરી. મનપ્રીતે ખુશીથી હેપ્પીને માઇક્રોફોન સોંપી દીધું.

હેપ્પીએ બોલવાનું શરૂ કર્યું, 'મને ખાતરી છે કે એની પરિસ્થિતિ બહુ ખરાબ હશે. એની મમ્મી ફક્ત એને એટલું જ પૂછતી, ક્યાં સુધી તું એ છોકરી વિશે વિચાર્યા કરીશ ?'

જેના જવાબમાં રવીન કહેતો કે, સિમર જલદી આવશે. પછી એ સ્મિત આપતો, બિચારી એની મા એને આવી ખોટી આશાઓ ન રાખવા માટે કહેતી, રવીન એની માને સાંભળ્યા વગર એના એ જ શબ્દો બોલતો રહેતો.

આ પીડા સહન ન થઈ શકવાથી એની મમ્મીએ એને ગાલ પર લાફો માર્યો અને પછી રડવા લાગી.

એ દિવસે બપોરે રવીન અચાનક જ ઘરની બહાર ઉઘાડા પગે દોડી ગયો. એણે ફક્ત ચડ્ડો પહેર્યો હતો. ક્યાં જઈ રહ્યો છે એના જ્ઞાન વિના એ દોડ્યો. રસ્તાઓ પર એ દિશાહીન હતો. જેવો એની જિંદગીમાં પણ હતો. એ બૂમો પાડીને કહેતો હતો. એની મમ્મીને, સિમરને, ભગવાનને, બધાને.

'મારે જીવવું નથી.' એ બૂમો પાડતો રહ્યો.

રવીનના પપ્પા બૂમો સાંભળીને બહાર આવ્યા અને રવીનની પાછળ દોડ્યા, પણ રવીન દોડતો રહ્યો અને બૂમો પાડતો રહ્યો, 'મારે જીવવું નથી.'

કેટલાક પગે ચાલતા રાહદારીઓ આ ગાંડા રવીનને જોઈ રહ્યા ને પછી એને અવગણીને આગળ વધી ગયા. રવીન રસ્તા પર આમથી તેમ દોડતો રહ્યો. રસ્તા પર ખાસ ટ્રાફિક નહોતો, પણ જેટલો હતો એટલો ખાસ્સો સ્પીડમાં હતો.

આવતા-જતા ટ્રાફિક અને કારના હૉર્નની વચ્ચે રવીન ગાંડાની માફક બૂમો પાડતો હતો, 'મારે જીવવું નથી. આનો અંત લાવવો જ રહ્યો. આ બધું જ પૂરું કરવું રહ્યું.'

કમનસીબે આ વખતે એના ભાગ્યે એની ઇચ્છા પૂરી કરવી હતી.

એના બૂમબરાડા, એનું પાગલની જેમ દોડવું અને એની પીડા બધું એક જ ક્ષણમાં અટકી ગયું.

'એક ટ્રક એને આવીને અથડાઈ.'

થોડી વાર સુધી હેપ્પી કંઈ બોલી ન શક્યો. ફરી બોલતા પહેલા એણે પોતાની તાકાત એકઠી કરી અને પછી ભાંગેલા અવાજે ફરી બોલ્યો, 'આ બધું યાદ કરતા મને ત્રાસ થાય છે, પણ એ રવીનના પવિત્ર પ્રેમનું ઇનામ હતું. વિધાતાએ એને આવું ફળ આપ્યું.'

થોડા માણસો ધસી આવ્યા અને એની આજુબાજુ ઊભા રહ્યા. પછી એક નજરે જોયેલાએ કહ્યું કે, આપણો રવીન શાંતિથી એ ધૂળમાં પડ્યો હતો. એની નિર્જીવ આંખો થોડી ક્ષણો માટે ખુલ્લી હતી અને પછી સૂર્યનાં પ્રખર કિરણોએ એને બંધ કરી દીધી. એના શરીરમાંથી વહી રહેલાં લોહીનું ખાબોચિયું વિસ્તરી રહ્યું હતું અને એમાં હવે ધૂળ મળી હતી. એના પગ પહેલાં ધ્રૂજતા હતા, પણ પછી એ પણ જડ થઈ ગયા. એનાં કપડાં ફાટી ગયાં હતાં, પણ એ નિશ્ચેતન અવસ્થામાં પણ એણે કંઈક

પકડી રાખ્યું હતું. એના જમણા હાથની મુઠ્ઠીમાં એ પાંચ પીંછાં હતાં જે એકવાર સિમરે એને આપ્યાં હતાં.

શાંભવીને પોતાના કાનો પર વિશ્વાસ ન પડ્યો. જેવું એણે આ સાંભળ્યું એણે પોતાના મોં પર હાથ મૂક્યો.

'હે ભગવાન, એટલે એ ?' એ પોતાનું વાક્ય પૂરું ન કરી શકી.

કોઈ પણ ભાવ વગર હેપ્પીએ વાત આગળ ચલાવી, 'સંકોચાતી અને ફૂલતી રવીનની છાતી એના શ્વાસ લેવાના પુરાવા આપતી હતી.'

ત્યાં સુધીમાં રવીનનાં પપ્પા એ સ્થળે આવી પહોંચ્યાં. રસ્તા પરના માણસોએ એમને રવીનને હૉસ્પિટલ પહોંચાડવામાં મદદ કરી.

રવીનને મગજમાં અસંખ્ય ઈજાઓ હતી. ખોપરીમાં ફ્રેક્ચર હતું. એનો ખભો ભાંગી ગયો હતો. ઈતિહાસનું પુનરાવર્તન થયું હતું. રસપ્રદ રીતે અને ક્રૂર રીતે પણ... રવીનને એ જ જગ્યાએ રહેવું પડ્યું જેનો એને સૌથી વધુ ડર લાગતો હતો. આઇ.સી.યુ. આ વાત એણે પોતાના પ્રથમ પુસ્તકમાં પણ કરી છે. આ વખતે એ કોમામાં હતો.

જીવન-મરણ વચ્ચેનો જંગ શરૂ થયો હતો. અમારામાંનું એકએક જણ હૉસ્પિટલમાં હતું જ્યારે એ છોકરી જેનાં પ્રેમમાં રવીન હતો. એને આ ખબર પણ ન હતી. જીવન પણ ઘણીવાર ક્રૂર રમત ખેલે છે.

હકીકત અને આશા વચ્ચેની રમત ફરી શરૂ થઈ. ટેસ્ટ, ઑપરેશન, હૉસ્પિટલની પથારી અને ત્યાં આવતાં નિરાશ અને આનંદી દર્દીઓ, હૉસ્પિટલની વિશિષ્ટ ગંધ બધું મળીને અજબ પ્રકારનો માનસિક ભાર વર્તાતો હતો.

રવીનનાં મા-બાપ ફક્ત ઈશ્વરને પ્રાર્થના કરી શકતાં હતાં. એનો ભાઈ જે મળી એ ફ્લાઇટ પકડીને ભારત આવી ગયો. રવીનને કોમામાંથી બહાર આવતાં ત્રણ દિવસ થયાં. આટલા દિવસોમાં પહેલીવાર ડૉક્ટરે એનાં જીવતાં રહેવા વિશે આશા આપી. એ દિવસે અમે બરાબર ખાઈ શક્યાં.

પછીના દસ દિવસ સુધી રવીન આઈ.સી.યુ.માં રહ્યો. અમે એના ડૉક્ટર પાસેથી સદ્ભાગ્યે સારા સમાચાર મેળવ્યા. રવીન ઠીક થઈ રહ્યો છે.

રવીન બચી ગયો અને સાચું કહીએ તો એના જીવી જવાના કારણે થોડા સમય માટે અમે સિમરને ભૂલી ગયા. માણસનો સ્વભાવ જ હોય છે કે અગત્યની વાતો ને પહેલાં હાથ પર લેવી અને બાકીની વાતોને પાછળ ધકેલી દેવી.

થોડા દિવસો પછી રવીનને જનરલ વૉર્ડમાં ખસેડાયો. આ આખાય સમય દરમ્યાન અમે એની સાથે ચંદીગઢમાં હતા.

રવીનની શારીરિક સ્થિતિ સારી હતી પણ એની માનસિક હાલત હજી પણ

કથળેલી હતી. એના ઘા રુઝાતા ગયા, પણ એનું મન હજુ પણ આઘાત અને તણાવ નીચે હતું. રવીનના મનોચિકિત્સક અને હૉસ્પિટલના બીજા ડૉક્ટરની સલાહથી અમે રવીનને સિમલામાં આવેલા રિ-હેબીલિટેશન સેન્ટરમાં ખસેડવાનું નક્કી કર્યું. આ એક અઘરો નિર્ણય હતો, પણ ભૂતકાળમાં જે બન્યું એ ફરી બને એવું જોખમ લેવાય એવું ન હતું. અમે પોતે જઈને એ જગ્યા જોઈ આવ્યા હતા અને એ સ્થળ સારું પણ હતું. ત્યાં નજર પહોંચે ત્યાં સુધી હરિયાળી છવાયેલી હતી. મનપસંદ પ્રવૃત્તિઓ થઈ શકે એવું વાતાવરણ હતું. આપણી માન્યતાઓથી સાવ જુદું અને આનંદદાયક સ્થળ હતું એ. આ સ્થળ માનસિક રોગ ધરાવતાં દર્દીઓ માટે ન હતું, પણ એવા લોકો માટે હતું જેઓ ગંભીર માનસિક તણાવમાંથી પસાર થઈ રહ્યા હોય. મને લાગે છે રવીનને ત્યાં દાખલ કરવો એ એક ડહાપણભર્યું પગલું હતું.

રવીન સેન્ટરમાં પોતાની સારવાર મેળવી રહ્યો છે. હું જયારે એને મળ્યો એણે કહ્યું, 'બેલ્જિયમનો ઉનાળો મારામાં રહી ગયો છે અને કદાચ હંમેશાં રહેશે. મેં હજી પ્રયત્ન છોડ્યો નથી. જોજેને હું જલદી સારો થઈ જઈશ અને પછી બીજી બેસ્ટ સેલર લખીશ.' એણે જે છેલ્લે કહ્યું, એ હું હજી પણ ભૂલી શક્યો નથી.

'મારી પાસે બે ભૂતકાળ છે. મને ખબર નથી મારે ક્યા ભૂતકાળ માટે આંસુ સારવા જોઈએ.'

આટલું કહીને એ હસ્યો.

હું રડી પડ્યો અને નીકળી ગયો.

૨૭

એ રાત્રે રાત બાકી બાત બાકી શો પરોઢિયા પહેલાં પૂરો થયો. રેડિયોનો આટલો સફળ શો કદાચ ભારતભરમાં આ પહેલો હતો, પણ ફક્ત આ એક કારણસર શો યાદ રાખવામાં નહીં આવે. આ શો યાદ રહેશે હૃદયને સ્પર્શી જતી વાચકોને સંભળાવેલી પ્રેમકથાને કારણે. આ શો પ્રેમને અર્પણ કરાયો હતો અને આજના પ્રેમીઓને માટે આ શો આંખ ઉઘાડનારો બની રહેવાનો હતો કે જેઓ પ્રેમને ફૅશન સ્ટેટમૅન્ટ સમજે છે, પ્રેમમાં પડે છે, બ્રેકઅપ કરે છે અને પાછા આગળ વધી જાય છે.

આપણામાંનાં કેટલાય માટે પ્રેમ એ બજારુ ચીજ નથી, જ્યારે તમે કહો છો હું તને પ્રેમ કરું છું. તમે ખરેખર દિલથી એવું માનો છો. જ્યારે તમે પ્રેમનું વચન આપો છો ત્યારે તમે તમારી આખી જિંદગીનું એ પ્રેમને વચન આપો છો. તમારે તમારા પ્રેમને સંપૂર્ણ સમય અને સમજણ આપવા પડે છે. વચન તોડવું એ બીજાની જિંદગીને બરબાદ કરનારું બની જાય છે.

સાચો પ્રેમ બિનશરતી હોય છે અને જો આ પ્રેમમાં શરતો લાગે એવો કિસ્સો હોય તો એ સાચો પ્રેમ નથી હોતો. એ તો મ્યુચ્યુઅલ ફંડ બરાબર હોય છે અને જો આવી જ વાત હોય તો પ્રેમમાં પડતાં પહેલાં એનાં જોખમોથી પરિચિત થવા માટે દસ્તાવેજો કાળજીપૂર્વક વાંચી લેવા જરૂરી બને છે. જો રવીનને પહેલેથી લગ્ન અને જીવન બાબતે સિમરના વિચારોની ખબર હોત તો આજે પરિસ્થિતિ જુદી હોત. એ બંને વચ્ચે વાત બની જ નહીં, કારણ કે બંનેએ એક જ વ્યક્તિને પ્રેમ કર્યો. રવીને સિમરને અને સિમરે પોતાની જાતને.

જેમ શાંભવી કહ્યું, 'આ શો એની જિંદગીનો શ્રેષ્ઠ શો હતો. ભવિષ્યમાં પણ આવો શો કદાચ એ ક્યારેય નહીં કરે.' શાંભવી અને બીજા લિસનર્સ માટે રવીનની કથા ત્યાં પૂરી થતી હતી.

પણ શો પૂરો થયા પછીના કેટલાક કલાકોમાં એ દિવસે બીજું કાંઈક પણ બન્યું અને એ ફક્ત હેપ્પી, મનપ્રિત અને અમરદીપ માટે હતું કે રવીનની વાર્તા ત્યાં પૂરી નહોતી થતી.જેવા એ લોકો રેડિયો સ્ટેશનની બહાર નીકળ્યા. ધુમ્મસ વિખરાઈ ગયું હતું, પણ ઠંડી હજુ હતી. કોઈ પણ આંખોમાં ઊંઘ ન હતી. એમણે એમના શ્રેષ્ઠ

મિત્રની જિંદગી જીવી હતી. યોજના પ્રમાણે તેઓ સિમલા રવીનને રિ-હેબીલીટેશન સેન્ટરમાં મળવા જવાના હતા. સવારનો નાસ્તો પતાવ્યા પછી એ લોકો નીકળવાના હતા અને હજી એમની પાસે ખાસ્સો સમય હતો.

હેપ્પીએ થોડા ઘણા ફ્રેશ થઈને ગુરુદ્વારા પ્રાર્થનામાં જવાનું સૂચન કર્યું. અમરદીપ અને મનપ્રીત હેપ્પીની વાત સાંભળીને ખુશ થયા. એમને ત્રણેયને ગુરુદ્વારા જવાની જરૂર લાગતી હતી. કાર તરફ જતી વખતે એ લોકો શો વિશે જ વિચારતા રહ્યા. એમને રવીનની વાત લોકો સાથે શેર કરીને સંતોષ અનુભવાતો હતો. એમને પોતાને એક હોવાનો અને મજબૂત હોવાનો અનુભવ થતો હતો. જેમ હંમેશાં થતો આવ્યો હતો.

બેઝમૅન્ટના પાર્કિંગ લોટમાં કાર અટકી. ગુરુદ્વારાના પ્રાંગણમાં જતાં જ એમને સ્વર્ગીય અનુભૂતિ થઈ. સૂર્ય હજી ઊગવાનો બાકી હતો. સવારની કાતિલ ઠંડી હવા હવે ગુલાબી ઠંડી લાગી રહી હતી. એમને દૈવી હાજરીનો અહેસાસ થયો. પવિત્ર સરોવરમાં કેટલાક ભક્તો ડૂબકી લગાવી રહ્યા હતા. ત્યાંથી પસાર થતાં ત્રણેયને માનસિક શાંતિ અનુભવાઈ. બધું સારું થઈ જશે એવો અહેસાસ થયો. એ લોકો અંદર અંદર વાત નહોતા કરતાં. ગુરુદ્વારાની અંદરથી મંત્રો અને પ્રાર્થનાઓ સંભળાઈ રહ્યાં હતાં. એમને લાગ્યું કે ઠંડી હોવા છતાં એમને ઠંડીનો અહેસાસ નહોતો થતો. ન એમને, ન સરોવરમાં ડૂબકી મારી રહેલાં ભક્તોને કે ન ઉઘાડે પગે ચાલતા ભક્તોને.

અંદર જઈને પ્રાર્થના કર્યા બાદ એ લોકો બહાર આવ્યા અને પવિત્ર સરોવરને કાંઠે બેઠા. થોડીક્ષણો માટે એ લોકો એમની નજર સામે લહેરાતા પાણીને જોઈ રહ્યા. બરાબર એ જ ક્ષણે હેપ્પીનો ફોન વાગ્યો. ફોન બાજુમાં પડ્યો હતો. મનપ્રીત અને અમરદીપ ફોન પરનું નામ વાંચીને આશ્ચર્યમાં પડી ગયા.

એના પર લખ્યું હતું, 'સિમર કૉલિંગ.'

હેપ્પીએ થોડીવાર માટે રાહ જોઈ અને પછી ફોન પર વાત કરવા પોતાની જાતને તૈયાર કરી. વાતચીત ટૂંકી હતી. હેપ્પીએ જે લાંબામાં લાંબો જવાબ આપ્યો એમાં રવીનના સિમલા ખાતે આવેલા રિ-હેબીલીટેશન સેન્ટરનો સમાવેશ થતો હતો. હેપ્પીએ ફોન પકડી રાખ્યો અને થોડી રૂક્ષ રીતે હા-નામાં જવાબ આપતો રહ્યો. જેવો એણે ફોન મૂક્યો. એણે પોતાના હાથ જોડ્યા અને આસમાન તરફ જોયું. મનપ્રીત અને અમરદીપ અપેક્ષાથી શું થયું એ જાણવા માટે હેપ્પીની તરફ જોઈ રહ્યા હતા અને હેપ્પી આ સમાચાર કહેવામાં ખરેખરો હેપ્પી હતો.

'ગઈ કાલે રાત્રે આપણે શોમાં ગયા ત્યારે મેં સાયબર કાફે પર ઊભા રહેવા માટે કહ્યું હતું. આપણે ઊભા પણ રહ્યા હતા.'

મનપ્રીત અને અમરદીપે ડોકું હલાવ્યું, 'મેં સિમરને આ રેડિયો સ્ટેશનની ઑનલાઇન લિંક મેઇલ કરી હતી. જ્યાં એ આપણને સાંભળી શકે.'

'તું એમ કહેવા માંગે છે એણે આપણને સાંભળ્યા ?' મનપ્રીતે પૂછ્યું.

'એણે સાંભળ્યા.' હેપ્પીએ ડોકું હલાવતા કહ્યું.

'હું માની જ નથી શકતો.' અમરદીપે આનંદથી કૂદતા કહ્યું.

'એ જરૂરી હતું કે સિમર પોતાની જાતને રવીનની જગ્યાએ મૂકીને જુએ. જેથી એને પણ પરિસ્થિતિ જુદી છે કે નહીં એનો ખ્યાલ આવે. એ રવીનની આંખોથી જોઈ શકે. સિમરને જોકે આ પરિસ્થિતિનો ખ્યાલ હોય એવું લાગ્યું નહીં. એને ખબર ન હતી કે એમને છૂટા પડ્યા પછી રવીનની શું સ્થિતિ થઈ હતી.' હેપ્પીએ મનપ્રીત અને અમરદીપ આગળ ખુલાસો કર્યો.

'ખરેખર રવીનની વાત એ જાણે એ બહુ જ જરૂરી હતું.' મનપ્રિતે કહ્યું.

હેપ્પીએ આખરે એટલું જ કહ્યું, 'એ બોલી શકવાની સ્થિતિમાં પણ ન હતી. એ રવીનનું એડ્રેસ માંડ માંડ માંગી શકી.' એ સતત રડતી હતી.

'હંમ.' અમરદીપે માત્ર આટલું જ કહ્યું.

આ પછી કોઈ પણ કંઈ બોલ્યું નહીં.

એ જ ક્ષણે સિમર સિમલા જવા નીકળી ગઈ. એ એના રવીન પાસે પાછી જઈ રહી હતી.

ઋણસ્વીકાર

આ પુસ્તકના લખાણમાં અને પ્રકાશનમાં મદદ કરનાર નીચેની વ્યક્તિઓનો આભાર માન્યા સિવાય હું રહી શકતો નથી.

વૈશાલી માથુર – પેંગ્વિન ઇન્ડિયાની મારી કમિશનરી ઍડિટર, જેણે મને આ તક આપી. આ પુસ્તકમાં એણે સંપૂર્ણ રસ લીધો અને જ્યારે મને જરૂર પડી ત્યારે પડખે ઊભી રહી. આ પુસ્તકનું શીર્ષક પસંદ કરવામાં પણ એણે મદદ કરી અને સૌથી અગત્યની વાત – આઇ.એસ.બી.ના મારા વ્યસ્ત શિડ્યુલ સાથે સાથે આ પુસ્તકની ડેડલાઇનમાં મને થોડીઘણી છૂટછાટ આપી. વૈશાલી, આ પુસ્તક માટે પહેલી વાર તું મને સીસીડી, ગ્રીન પાર્ક દિલ્હીમાં મળવા લઈ ગયેલી. જગ્યાની પસંદગી જોઈને મેં તરત જ તારી પ્રપોઝલ સ્વીકારી લીધેલી પછી ભલેને તેં એ જગ્યાની પસંદગી આમ જ કરી હોય.

ખુશબૂ ચૌહાણ – આ પુસ્તક માટે વિશેષ રસ લઈને ઢગલો સવાલ પૂછવા માટે. કેટલાક અગત્યના પ્રકરણ વાંચીને મારો ઉત્સાહ વધારવા માટે અને ઑનલાઇન પ્રમોશનના કેટલાક સુઝાવ આપવા માટે. તારા વગર આ પુસ્તક પૂરું ન થઈ શકત.

ધ્રુવ વત્સલ – આઇ.એસ.બી.નો મારો મિત્ર. એનો કેમેરા લઈને હું આઇ.એસ.બી.માં જ્યાં જ્યાં લખતો હોઉં ત્યાં મારો પીછો કરતો, પણ એણે જ મને ઑનલાઇન કેમ્પેઇનમાં મદદ કરી. તારા પાડેલા કેટલાક અદ્‌ભુત ફોટોગ્રાફ્સને ફેસબુક પર મળેલી લાઇક્સ પરથી તારા માટે જાણીતી વાત ફરી એક વાર સાબિત થઈ કે તું અદ્‌ભુત ફોટોગ્રાફર છે.

શ્રુતિ સાહની – હંમેશાં ઉત્સાહમાં રહેતી મારી અદ્‌ભુત વાચક. આ પુસ્તકની કેટલીક અદ્‌ભુત લાઇન એણે આપી છે. ફેસબુકના કેટલાય ફેનપેજીસ એણે શરૂ કર્યા છે અને સરસ રીતે સંભાળી રહી છે. અત્યારે તો એવું છે શ્રુતિ કે તેં બનાવેલી ફેનપેજ મારા પોતાના બનાવેલા ફેનપેજ કરતા વધારે પ્રસિદ્ધ છે. હેટ્સ ઑફ.

અંબર સાહિલ ચેટરજી – પેંગ્વિન ઇન્ડિયાનો મારો ઍડિટર. મારી હાથે લખેલી સ્ક્રીપ્ટમાં શ્રેષ્ઠ રીતે સુધારાવધારા કરવા બદલ અને એ પણ આટલું ઝડપથી. અંબર, તે દિવસે જે ફાઇનલ મેન્યુ સ્ક્રીપ્ટ તેં મને ઑફિસમાં બતાવી એ ખરેખર સારી લાગતી હતી !